108 BHARATHANATYAM JATHIS

(Tamil & English with audio link)

108 பரதநாட்டிய ஜதிகள்

(தமிழ், ஆங்கிலம் மற்றும் ஒலிப்பதிவு)

Jathis composed by: **CHIDAMBARAM R. SURESH**
Published by: **GIRI**

108 BHARATHANATYAM JATHIS
© 2022
CHIDAMBARAM R. SURESH, Australia.

All rights reserved. No part of this book may be reproduced or utilised in any form or by any means, electronic or mechanical, including photocopying, recording on any information storage and retrieval system, without permission in writing from the publisher.

ISBN: 978-81-7950-905-0
Price
India ₹ 800/-
USA $ 35
AUS $ 50

Author : **Chidambaram R. Suresh**
https://www.youtube.com/c/ChidambaramRSuresh
Translation & Editing: **Shobana Suresh**
Book layout : **Kavibaskar**
Cover Art : **Raj Pattanam**

Publisher : GIRI TRADING AGENCY PRIVATE LIMITED
Registered & Administration Office :
No.372/1, Mangadu Pattur Koot Road, Mangadu, Chennai - 600 122.
✆ +91 44 66 93 93 93 (Multiple Lines), +91 44 2679 3190, 3100
www.giri.in ✉ sales@giri.in

Printers: Tamilnadu - India

About the Author – Chidambaram R. Suresh

Suresh, born and brought-up in Chidambaram, is a Bharathanatyam dancer, nattuvangam artist, and percussionist, now residing in Sydney Australia. He is the co-founder and teacher of **Samarpana Institute of Dance**, and dancer and choreographer for **Agal Dance Company**, Sydney. He began his dance tutelage under Dr. Uma Anand (daughter of K.N. Dhandayuthapani Pillai), and later under the guidance of Padmabhushan Prof. C.V. Chandrasekhar. Suresh holds a diploma in Bharathanatyam (*Natyakalaimani*) and Diploma in Nattuvangam (*Nattuvanga Kalaimani*) from Annamalai University. Suresh has accompanied various well-known dancers on the nattuvangam, including his guru Prof. C. V. Chandrasekhar. Suresh is a keen explorer of rhythm, and has composed various nritta based items for Bharathanatyam, including alarippus in different thalas, jathiswarams, pushpanjalis and thillanas. Suresh's career in Bharathanatyam as a teacher and choreographer has spanned over 17 years. Suresh has an innovative style of choreography that stays true to the traditional framework, while presenting novel ideas with an interplay of complex rhythm patterns. This book is the first to be authored by Suresh, consisting of 108 of his collection of jathis, and comes with a downloadable audio recording in his voice for the benefit of dancers and teachers.

Audio Download Instructions:

Follow the instructions below to download the 108 jathis audio file for **FREE.**

1. Scan the QR code or type the website link given below in your browser, to go to the audio download site.

https://www.samarpanainstitute.com/product-page/108-bharathanatyam-jathis

2. Click **"Add to Cart"** then click on **"View Cart"**

3. Click on **"Enter a promo code,"** a box will appear. Enter the code: **CDM108JATHIS** in the box and click **"Apply."**

4. Once the coupon code is added, the total amount will show as $0.00

5. Click on **"Check out"**

6. In the customer details section enter your details and click on **continue.**

7. Click **"Place order"**

8. In the next screen that appears, you will see the word **"Download."** Click on it to download a zipped folder with the 108 Jathis. You will also receive an email with the download link to the email address you provided in the order.

Please note the free coupon code can only be applied once. Make sure you have a software that can extract the files in the zip folder on your device.

Contents / உள்ளே

Preface....7
Forewords....10
Diacritical Marks....17
Explanation of Talams....18
தாள விளக்கம்....20
Explanation of Notation Marks....21
குறியீடுகளின் விளக்கம்....22
Adi tALa jatis....24
1 kalai jatis....24
ஆதி தாள ஜதிகள்....25
1 கலை ஜதிகள்....25
Adi tALam - Yati patterns....60
ஆதி தாளம் - யதி முறைகள்....61
Adi tALam - 2 kalai jatis....78
ஆதி தாளம் - 2 கலை ஜதிகள்....79
Adi tALam - tisra nadai....130

5

ஆதி தாளம் - திஸ்ர நடை	131
Adi tALam trikAla jatis	142
ஆதி தாளம் திரிகால ஜதிகள்	143
rUpaka tALa jatis	160
ரூபக தாள ஜதிகள்	161
rUpaka tALam - tisra nadai jatis	196
ரூபக தாளம் திஸ்ர நடை ஜதிகள்	197
rUpaka tALam - trikAla jatis	202
ரூபக தாளம் - திரிகால ஜதிகள்	203
misra chApu jatis	206
மிஸ்ர சாபு ஜதிகள்	207
kaNda chApu jatis	218
கண்ட சாபு ஜதிகள்	219
sankIrNa chApu jatis	230
சங்கீர்ண சாபு ஜதிகள்	231

PREFACE

I feel proud that I hail from the town of Chidambaram, the holy abode of Nataraja (the Lord of dance). Although I do not come from an artistically inclined family, I recall growing up in an atmosphere filled with the vibrations of the Natarajar temple, the choruses of Tamil Thevarams, Temple processions with Nadaswaram and Thavil, and of course Bharathanatyam.

Year after year, from since I was a little boy, I would watch the annual Natyanjali festival at the Thillai Natarajar Temple, where I was inspired by watching numerous stalwarts in Bharathanatyam. I was hoping and dreaming to one day indulge myself in this beautiful art form, that I knew little about. I did not have the opportunity to pursue lessons in Bharathanatyam as a child, but due to my life-long yearning to learn this art form, I enrolled myself in Diploma of Dance (Bharathanataym) at Annamalai University after my 12th standard. As I nervously joined the Music College on my first day, I had the great privilege of meeting my Guru, Kalaimamani Dr. Uma Anand, who first moulded my untrained body and quenched my thirst for knowledge over the coming years. She has not only been a Guru to me, but also a mentor and like a second mother.

During one of the Natyanjali festivals, I recall watching a performance by Padmabhushan Prof. C. V. Chandrasekhar sir and his daughter, Manjari akka, with Jaya Maami conducting the nattuvangam. I remember feeling mesmerised and inspired watching this artistic family on stage. Little did I know that I would come under his tutelage later.

I found that during my exposure to music and dance in the temple, and later during my studies at the University, my mind was always drawn towards rhythm and beats in everything around me and was eager to learn and experiment with it. I engaged in any opportunities to immerse myself in layam, by engaging myself in Mridangam classes, listening to and practicing konnakol, putting thalam for nadaswaram kutcheries, and learning to play the morsing by observation. I also first started observing my teacher conduct classes for senior students and would attempt to recite jathis and do the nattuvangam by myself. With my guru, Uma madam's encouragement, I later joined the Diploma in Nattuvangam course.

While I resided in Chennai, training under Prof. C. V. Chandrasekhar sir, I was inspired by his compositions for dance, and the essence of nritta in his compositions. With his continued encouragement and feedback, I was able to follow his footsteps and create my own compositions in various thalams also. I am grateful for the blessings and influence he has had on me, that I hope to continue growing in my creative journey.

Besides for my gurus, I am also indebted to the late Ramiah Pillai sir (nattuvanar for the legendary Tanjavur Bala Saraswati), from whom I had the opportunity to learn various traditional jathis in Bala amma's school, and was also introduced to Nandini Ramani madam, who always had a positive regard towards me. She also had opened the path for many more opportunities in Nattuvangam and helped me receive a scholarship in Nattuvangam through Sangeet Natak Academy in 2008. I am truly grateful for her well wishes, and support.

With the grace and blessings of my Gurus, I present my life's work, 108 Bharathanatyam Jathis. At this juncture, I would like to acknowledge my wife, Shobana, who has been my life partner for the past 14 years. She has been my pillar of support and encouragement for making this book. Over the years, she has given life to my jathis and compositions as a dancer.

My sincere gratitude also goes out to my Mridangam Guru, Kalaimamani T. R. Sundaresan sir, who supported me in the making of this book by giving me his knowledgeable advice and encouragement.

I am humbled by the blessings and acknowledgement for this book given by Uma madam, C. V. Chandrasekhar sir, T.R. Sundaresan sir, Nandini Ramani madam and Arulselvi madam in their Forewords.

To make this book easily accessible for everyone, I have written the jathis with tala notations and sequenced them in order of increasing Avarthanams (tala cycles). This book contains Adi thalam jathis in both single and double kalai, roopaka thala jathis, chapu thala jathis, thrikala (3 speed) jathis, and some jathis in thisra nadai and yathi patterns.

Some jathis are simple to learn and recite, while others are somewhat complex so that this book can be useful for both learners as well as connoisseurs. I have utilised high speed syllables and combined syllables in some jathis, to instil excitement in the dancer, while testing the skill of the nattuvanar and mridangam artist. The utarAngam (second half) of most of the jathis start at half avartanam, making it simple to learn and follow. Some jathis also start after 2, 3, 6, 5 ½, and 7 ½ aksharas etc.

I hope that this book will be a great resource for Bharatanatyam artists around the world.

Chidambaram R. Suresh
Bharathanatyam & Nattuvangam Artist
Samarpana Institute of Dance,
Sydney, Australia
www.samarpanainstitute.com

FORE WORDS

Bharathanatyam is an ancient art of Tamilnadu. Tolkappiyam assigned to the 3rd century B.C. is a prime source of information regarding the Dance and Music of the ancient Tamils. Silappadikaram written in the Sangam period also contains information about dance. Dance was an art which served only entertainment purposes, later on with the growth of Temples, this art became a ritual. It grew and developed in the temple premises. Dancers and Nattuvanars who were employed in the temples were patronized by the kings and the temple authorities.

Thus, the art employed for entertainment attained spiritual nature. The temple dancers called Devadasis were coached by the Natyacharyas, who were experts in the art. They excelled in vocal music, Mridangam playing etc. Today those who boast themselves as Nattuvanars are only Taladaris.

Chidambaram R. Suresh is not from a traditional Nattuvanar family. I do not know how he developed an interest for Music and Dance. When I joined Annamalai University in the year 2000, I was informed about a boy who has joined Diploma course and was waiting to start dancing under my guidance. When I entered the classroom, I saw this slender, intelligent looking boy waiting to be taught from scratch. Very soon I realized that he had an unquenchable thirst for knowledge. He was equally interested in Mridangam and would attend those classes too.

After completing the four-year Diploma course in Dance and one-year Nattuvangam course, he underwent training from different gurus in Dance and Mridangam. His sound rhythmic sense enabled him to compose jatis while he was a student. He was good at singing too, thus fulfilling all the qualities required to make him a good Nattuvanar.

I am happy to note that this book of jatis composed by Suresh has 108 jatis which will be useful to dancers as well as teachers. These jatis conform to the traditional pattern.

My blessings and best wishes to Suresh and anticipate many more such works from him.

Kalaimamani Dr. Uma Anand
Asst. Prof. of Dance, Retd.
Annamalai University, Chidambaram

I have known Suresh for more than 15 years now. He used to come and sit in my class and watch, observe and absorb very diligently. Right from that time he had a strong inclination towards rhythm. I remember him telling me and reciting an alarippu he had done in six and a half aksharas. Later he also learnt with me along with his wife Shobana. He has had training in Mridangam and in the art of Nattuvangam and has conducted a couple of my performances when I performed in Australia.

This work he has done, in the form of a book on jathis would be useful and helpful to dancers and students alike. The jathis are also notated and I understand that they would also have an audio accompanying the book. The jathis range from simple to complex and are set to different talas.

My best wishes to Suresh for this work and for his future endeavours.

Padma Bhushan Prof. C. V. Chandrasekhar

Dancer – Choreographer
Former Professor in Dance
Dean & Head of Department
Faculty of Performing Arts
M.S. University of Baroda.

Sri Chidambaram Suresh, Bharathanatyam exponent, has left me significantly impressed with his work of 108 Teermanams on different Talas.

He has explained the Teermanas with simple signs for understanding the intervals and the tempo of the Sollukkattu. This would be of much benefit for people involved in similar work and for creating Teermanams.

I take this opportunity to wish Sri. Chidambaram Suresh every success for his extensive effort ardently put into this book.

Kalaimamani T.R. Sundaresan

Mridangam Artist
Sannidi Academy of Music & Arts, Chennai.

I am happy to express my appreciation for the book of Jathis composed by Chidambaram R. Suresh whom I have known for nearly two decades. Sri. K. Ramiah of the Annamalai University, a close associate and disciple of my teacher the legendary T. Balasaraswati, introduced Sri. Suresh to me.

Suresh is a multi-talented artist - a dancer, Nattuvangam expert, Mridangam player and a very capable choreographer of Nritta elements of Bharatanatyam. His deep love for Nattuvangam and his creative talent for technical choreography is very special.

After he met me, he conducted few of the performances at my centre also. His grasping skill of the jathis of my chosen tradition was very impressive.

I am very happy to give Suresh my good wishes for his new book on Jathis. The book brings out his skill for tactfully designing the different rhythmical structures. I am sure this book will be of immense value to many dancers and dance teachers.

I congratulate Suresh for his sincere effort of bringing out his creative work for the benefit of many in the Bharatanatyam field. I greet him and his wife Shobana on this occasion. My hearty blessings to them.

Nandini Ramani

Veteran Bharatanatyam Exponent,
Chennai-20
18.11.2021

ANNAMALAI UNIVERSITY

Faculty of Fine Arts

DR. T. ARUTSELVI,
Professor & Dean
Faculty of Fine Arts

Annamalai Nagar
E-mail : selvi70@gmail.com
Mobile No. 9894020154

Date: 08/01/2022

Foreword

It is my pleasure to send my best wishes for the success of Chidambaram R. Suresh's book on 108 Bharathanatyam jathis. He is a Bharathanatyam artist, Mridangist and a performer of Nattuvangam. No wonder that he has written a book of jathis. I hope this book is the first of its kind to reveal the jathis for Dance choreographs. As I witness his growth from his studentship in Annamalai University, I am very much delighted for his achievement.

This work on jathis consists of theermanams in different grahas and in variety of talas with clear tala notations and symbols. No doubt that this book will enlighten many teachers and students of Bharathanatyam, and useful in colleges and Universities. With the blessings of Lord Nataraja I hope that Chidambaram R. Suresh will continue to amaze and enlighten with more volumes. My heartiest Wishes!

With regards

[DR. T. ARUTSELVI]
Dean
Faculty of Fine Arts,
Annamalai University.

அணிந்துரை

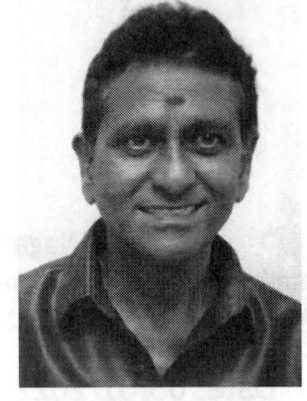

திரு.சிதம்பரம் R.சுரேஷ் அவர்கள் 108 பரதநாட்டிய ஜதிகள் என்ற இந்த அறிய புத்தகத்தை உருவாக்கியுள்ளார். இப்புத்தகத்திற்கு கலைமாமணி. Dr. உமாஆனந்த், பத்மபூஷன். Prof. C.V.சந்திரசேகர், கலைமாமணி. T.R. சுந்தரேசன் மற்றும் கலைமாமணி. நந்தினிரமணி அவர்களும் அணிந்துரை வழங்கியுள்ளார்கள்.

இந்த புத்தகத்தை நான் ஆராய்ந்த போது மிக சிறப்பான முறையில் தாள அளவீடுகள், குறியீடுகள் மற்றும் ஒருகலை ஆதிதாளம், இரண்டுகலை ஆதிதாளம், யதிமுறைகள், திஸ்ரநடை, திரிகாலம், ரூபகதாளம், மிஸ்ரசாபு, கண்டசாபு சங்கீர்ணசாபு ஜதிகள் போன்றவை தமிழிலும் ஆங்கிலத்திலும் மிகவும் சிறப்பாக எழுதியுள்ளார்.

ஒரு ஜதி என்பது பூர்வாங்கம், உத்தராங்கம் என இரண்டாக பிரிக்கலாம் அதில் பூர்வாங்கத்தில் சொற்கட்டுகள் அமைந்திருக்க வேண்டும் உத்தராங்கம் முடிவில் தீர்மானம் அமைந்திருக்க வேண்டும். வஜ்ரா, வஜ்யம் என்று சொல்லுகின்ற யதுகை, மோனை அமைப்பில் இருக்க வேண்டும். இந்த அமைப்பில் எந்த விதத்திலும் குறையில்லாமல் ஒவ்வொரு ஜதிகளையும் மிகச் சிறப்பான சொற்கட்டுகளில் அதாவது மிருதங்க சொற்கட்டுகள் கூட்டு சொற்கட்டுகள், கொண்ணக்கோல் சொற்கட்டுகள் ஆகியவற்றை கையாண்டு மிக சிறப்பாக அமைத்துள்ளார்.

திரு சுரேஷ் அவர்கள் ஜதிகள் மட்டும் இல்லாமல் நாட்டிய உருப்படிகளான புஷ்பாஞ்சலி, அலாரிப்பு. ஜதிஸ்வரம், தில்லானா, போன்ற உருபடிகளை பல தாளங்களில் அமைத்துள்ளார். இதை பல நாட்டிய ஆசான்கள் கையாண்டு அவருக்கு பெருமை சேர்த்துள்ளார்கள். இந்த சிறிய வயதில் மிகப் பெரிய வித்வான் திரு.சுரேஷ் அவர்களின் ஞானத்தில் அமைக்கப்பட்ட இந்த ஜதிகள் ஒவ்வொன்றும் ஒவ்வொறு கணக்கில் அதவாது சுலபமாகவும், ஓரளவு கடினமாகவும், மிகவும் கடினமாகவும் உள்ளது. தாள ஞானம் இல்லை என்றால் தாளம் கையில் நிற்காது

இப்புத்தகத்தில் அமைந்துள்ள ஜதிகள் ஒவ்வொன்றும் அறிய புதிய புழக்கத்தில் இல்லாத ஜதிகள் மற்றும் யதிகள் அமைந்துள்ளது. எனவே ஆசிரியர்களும், நாட்டியமணிகளும் பயனடையும் வகையில் அமைந்துள்ள இப்புத்தகம் பள்ளி, இசைப்பள்ளி, மற்றும், இசைக் கல்லூரிகளில் பாடத்திட்டத்தில் அமைப்பதற்கு தகுதியான புத்தகம் என்றால் அது மிகையாகாது.

திரு. சுரேஷ் அவர்கள் மேலும் பல புதுமைகளை இளம் ஆசிரியமணிகளுக்கு வழங்க வேண்டும் என்று தெரிவித்துக் கொண்டு எனது மனப்பூர்வமான ஆசிர்வாதத்தையும் தெரிவித்துக் கொள்கிறேன்.

அன்புடன்

கலைமாமணி **குத்தாலம் மு. செல்வம்**

Diacritical Marks

a	அ	अ
A	ஆ	आ
i	இ	इ
I	ஈ	ई
u	உ	उ
U	ஊ	ऊ
e	எ	ए
E	ஏ	ऐ
ai	ஐ	ऐ
o	ஒ	ओ
O	ஓ	ऑ
au	ஔ	औ

k	க்	क्
g	ங்	ग्
c	ச்	च्
j	ஜ்	ज्
T	ட்	ट्
d	ட்	ड्
N	ண்	ण्
t	த்	त्
n	ந், ன்	न्
p	ப்	प्
m	ம்	म्
y	ய்	य्
r	ர்	र्
l	ல்	ल्
v	வ்	व्
L	ள்	ळ्

Explanation of Talams

Adi tALam:

Adi tALam consists of one lagu (1) which has 4 aksharAs,* and two drutams (0), each of which have 2 aksharAs. So, one cycle of Adi tALam has a total of 8 aksharAs.

One kalai tALams consists of 4 mAtrAs** for each aksharA.

Two kalai tALams consists of 8 mAtrAs for each asksharA.

Hence, a single kalai Adi tALam cycle has a total of 32 mAtrAs, while a double kalai Adi tALam cycle has a total of 64 mAtrAs.

tisra nadai: In tisra nadai tALams, single kalai has 3 mAtrAs per aksharA, and double kalai has 6 mAtrAs per aksharA.

rUpaka tALam: rUpaka tALam consists of two taps and one turn, thus a total of 3 aksharAs. rUpaka tALa jatis can also be recited with tisra eka tALam.

Misra chApu tALam: One cycle (Avartanam) of misra chApu tALam has three and a half (3 ½) aksharAs and 14 mAtrAs. This can also be replaced by the misra Eka tALam, which has 7 aksharAs and 28 mAtrAs.

KaNda chApu tALam: One Avartanam or cycle of kaNda chApu tALam consists of two and a half (2 ½) aksharAs and 10 mAtrAs. This can be replaced by the kaNda Eka tALam with 5 aksharAs and 20 mAtrAs.

sankIrna chApu tALam: One cycle of sankIrna chApu tALam consists of 4 ½ aksharAs and 18 mAtrAs, which can also be recited with the sankIrna Eka tALam, consisting of 9 aksharAs and 36 mAtrAs.

* aksharAs = beats

** mAtrAs = counts/units within each beat

தாள விளக்கம்

ஆதி தாளம் என்பது ஒரு சதுஸ்ர லகு (1) மற்றும் இரண்டு திருதம் (0) கொண்டது. லகுவிற்கு 4 அட்சர அளவும் திருதத்திற்கு 2 அட்சர அளவும் மொத்தம் 8 அட்சரமாகும். ஆதி மற்றும் ரூபக தாளத்தில் ஒரு கலைக்கு 4 மாத்திரை அளவும் இரண்டு கலைக்கு 8 மாத்திரை அளவும் கொண்டது.

திஸ்ர நடை என்பது ஒரு கலையில் அட்சரத்திற்கு 3 மாத்திரை அளவும் இரண்டு கலைக்கு 6 மாத்திரை அளவும் கொண்டது.

ரூபக தாளம் என்பது 3 அட்சர அளவு கொண்டது அதாவது இரண்டு தட்டும் ஒரு திருப்பமும் ஆகும் இதை திஸ்ர ஏக தாளத்திலும் பயன்படுத்தலாம்.

மிஸ்ர சாபு தாளம் என்பது ஒரு ஆவர்தனத்திற்கு மூன்று அரை (3 1/2) அட்சரமும் 14 மாத்திரை அளவும் கொண்டது இதை மிஸ்ர ஏக தாளத்திலும் பயன்படுத்தலாம் மிஸ்ர ஏகம் 7 அட்சரமும் 28 மாத்திரை அளவும் கொண்டது.

கண்ட சாபு என்பது ஒரு ஆவர்தனத்திற்கு இரண்டு அரை (2 1/2) அட்சரமும் 10 மாத்திரை அளவும் கொண்டது இதை கண்ட ஏக தாளத்திலும் பயன்படுத்தலாம் கண்ட ஏகம் 5 அட்சரமும் 20 மாத்திரை அளவும் கொண்டது.

சங்கீர்ண சாபு என்பது ஒரு ஆவர்தனத்திற்கு நான்கு அரை (4 ½) அட்சரமும் 18 மாத்திரை அளவும் கொண்டது இதை சங்கீர்ண ஏக தாளத்திலும் பயன்படுத்தலாம் சங்கீர்ண ஏகம் 9 அட்சரமும் 36 மாத்திரை அளவும் கொண்டது.

Explanation of Notation Marks

Notation Marks	Explanation
,	1 mAtrA
;	2 mAtrAs
;,	3 mAtrAs
;;	4 mAtrAs
;;,	5 mAtrAs
;;;	6 mAtrAs
|	End of half tALa cycle
||	End of one whole tALa cycle
( ) x2	Repeat 2 times

* Dashes (-) are used to separate the syllables for ease of reciting them and carry no value.

Vowels in lower case: a e i o u = 1 count (mAtrA).

Eg: tom / nam / tin / jam / ram / gum / jo / rum / tat / tit

Vowels in capital: A E I O U = 2 counts (mAtrAs).

Eg: tAm / tIm / jEm / rI / tI / tA

A line over the jathi syllables refer to fast tempo (4th speed)

Eg: $\overline{\text{tarıtana}}$ = 2 mAtrAs

$\overline{\text{kıTatakatarıkıTatom}}$, = 5 mAtrAs

$\overline{\text{kıTatakatarıkıTatom}}$;, = 6 mAtrAs

A double line over the jathi syllables refer to faster tempo (5th speed)

Eg: $\overline{\overline{\text{tarıtana}}}$ = 1 mAtrA

$\overline{\overline{\text{kıTatakatarıkıTatom}}}$;, = 3 mAtrAs

குறியீடுகளின் விளக்கம்

,	1 மாத்திரை அளவு
;	2 மாத்திரை அளவு
; ,	3 மாத்திரை அளவு
; ;	4 மாத்திரை அளவு
; ; ,	5 மாத்திரை அளவு
; ; ;	6 மாத்திரை அளவு
|	அரை ஆவர்தன முடிவு
||	தாளத்தின் ஆவர்தன முடிவு
( ) x2	இரண்டு முறை

ஜதிகளின் நடுவில் இக்கோடு (-) வந்தால் பிரித்து படிக்கவும்.

குறில் எழுத்துக்கள் அனைத்தும் ஒரு மாத்திரை அளவாகும்

உதாரணம்: தொம் / நம் / தின் / ஜம் / ரம் / கும் / ஜொ / ரும் / தத் / தித்

நெடில் எழுத்துக்கள் அனைத்தும் இரண்டு மாத்திரை அளவாகும்

உதாரணம்: தாம் / தீம் / ஜேம் / ரீ / தீ / தா

ஜதிகளின் மேல் ஒரு கோடு போட்டிருந்தால் மேல் காலத்தைக் குறிக்கும்.

உதாரணம்: $\overline{\text{தரிதன}}$ = 2 மாத்திரை அளவு

$\overline{\text{கிடதகதரிகிடதொம்}}$, = 5 மாத்திரை அளவு

$\overline{\text{கிடதகதரிகிடதொம்}}$; , = 6 மாத்திரை அளவு

ஜதிகளின் மேல் இரு கோடுகள் போட்டிருந்தால் அதி மேல் காலத்தைக் குறிக்கும்.

உதாரணம்: $\overline{\overline{\text{தரிதன}}}$ = 1 மாத்திரை அளவு

$\overline{\overline{\text{கிடதகதரிகிடதொம்}}}$; , = 3 மாத்திரை அளவு

108 BHARATHANATYAM JATHIS
108 பரதநாட்டிய ஜதிகள்

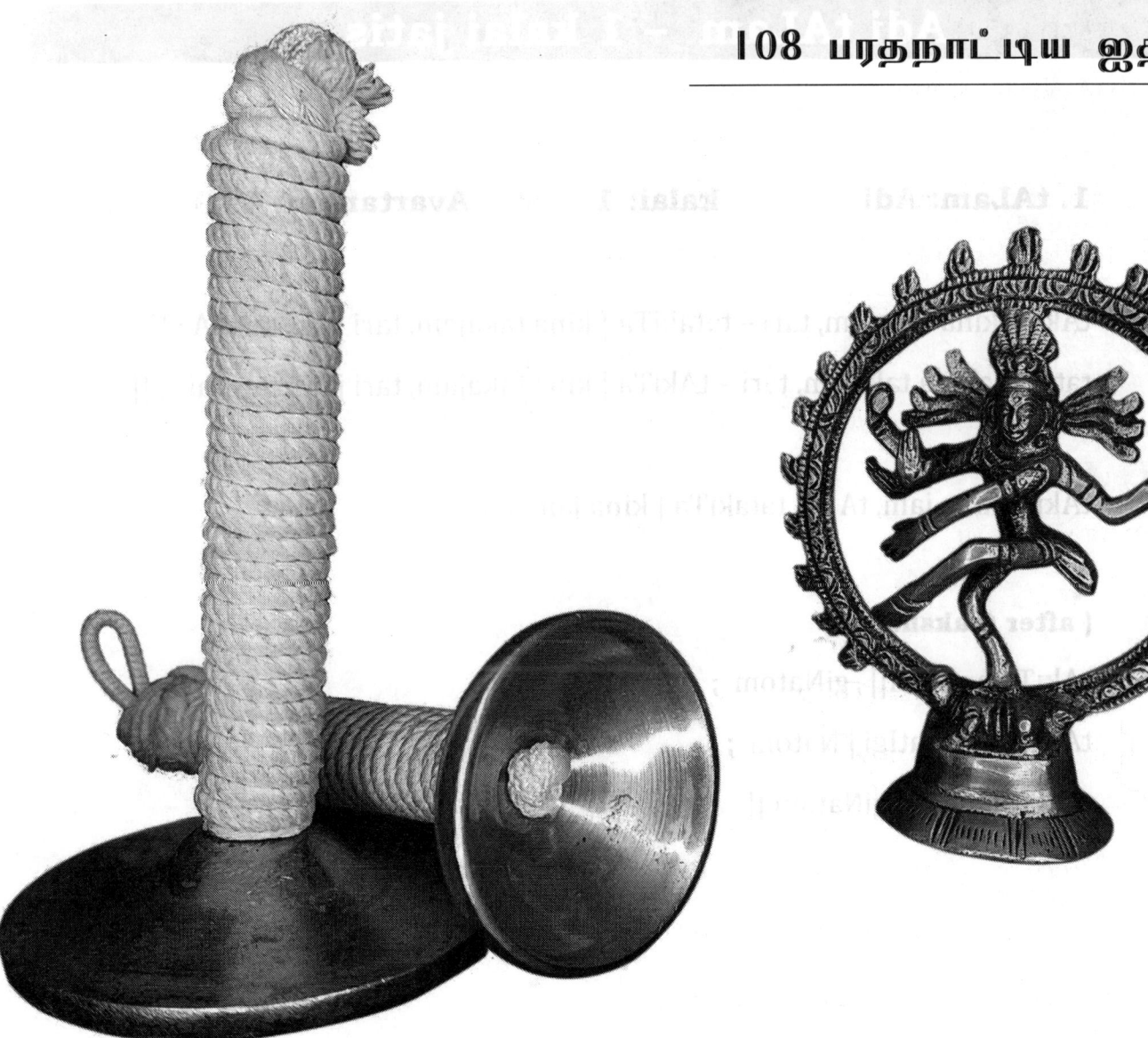

Adi tALam – 1 kalai jatis

1. tALam: Adi   **kalai: 1**   **Avartanam: 4**

tAkiTakina takajam, tari – tatakiTa | kina takajam, tari jam, tari tA ; ||

tatakiTakina takajam, tari – tAkiTa | kina takajam, tari jam, tari tai ; , ||

tAkiTakina jam, tA ; – tatakiTa | kina jam, tai ; ,

(after 6 aksharAs)

tAkiTajam, tati|| , giNatom ;

tAkiTajam, tatIgi | Natom ;

tAkiTajam, tatIgiNatom ||

ஆதி தாளம் - 1 கலை ஜதிகள்

1. தாளம்: ஆதி   கலை: 1   ஆவர்தனம்: 4

தாகிடகின தகஜம், தரி - ததகிட । கின தகஜம், தரி ஜம், தரி தா; ॥

ததகிடகின தகஜம், தரி - தாகிட । கின தகஜம், தரி ஜம், தரி தை; , ॥

தாகிடகின ஜம், தா; - ததகிட । கின ஜம், தை; ,

(6 அட்சரம் தள்ளி)

தாகிடஜம், ததீ ॥ ங்கிணதொம் ;

தாகிடஜம், ததீங்கி । ணதொம் ;

தாகிடஜம், ததீங்கிணதொம் ॥

2. tALam: Adi   kalai: 1   Avartanam: 4

tat, ta, jam, tatajam; tajam, tari | tA, tanam, taritA, tatimitaka ||

takata, jam, tatajam; tajam, tari | tA, tanam, taritA, tatimitaka ||

tat, ta, jam, tatajam; - takata, jam | , tatajam ;

(after 5 ½ aksharAs)

tajam, kıTatakatarıkıTatom ; ,

ta || jam, tajam, tA kıTatakatarıkıTatom ; ,

tajam, | tajam, tajam, takatiku kıTatakatarıkıTatom ; , ||

2. தாளம்: ஆதி கலை: 1 ஆவர்தனம்: 4

தத், தஜ், ஜம், ததஜம்; தஜம், தரி । தா, தனம், தரிதா, ததிமிதக ॥

தகதஜ், ஜம், ததஜம்; தஜம், தரி । தா, தனம், தரிதா, ததிமிதக ॥

தத், தஜ், ஜம், ததஜம்; - தகதஜ், ஜம் । , ததஜம்;

(5 ½ அட்சரம் தள்ளி)

தஜம், கிடதககதரிகிடதொம்; ,

த ॥ ஜம், தஜம், தா கிடதககதரிகிடதொம்; ,

தஜம்,। தஜம், தஜம், தகதிகு கிடதககதரிகிடதொம்; , ॥

3. tALam: Adi   kalai: 1   Avartanam: 5

tat, tari tat, tana taritana ; tana | tanajonu ; jonu jonutimi, tımıkıTataka ||

takatari tat, tana taritana ; tana | tanajonu ; jonu jonutimi, tımıkıTataka ||

tat, tari tat, tana taritana, tımıkıTataka | takatari tat, tana tanajonu, tımıkıTataka ||

tat, tana, tımıkıTataka – tanajonu, tımıkıTataka |

(after 4 aksharAs)

tımıkıTataka giNatom tatigiNatom

tımıkıTataka giNa || tom tatigiNatom tatigiNatom

tımıkıTataka giNa | tom tatigiNatom tatigiNatom tatigiNatom ||

3. தாளம்: ஆதி   கலை: 1   ஆவர்தனம்: 5

தத், தரி தத், தன தரிதன; தன | தனஜொனு; ஜொனு ஜொனுதிமி, $\overline{\text{திமிகிடதக}}$ ||

தகதரி தத், தன தரிதன; தன | தனஜொனு; ஜொனு ஜொனுதிமி, $\overline{\text{திமிகிடதக}}$ ||

தத், தரி தத், தன தரிதன, $\overline{\text{திமிகிடதக}}$ | தகதரி தத், தன தனஜொனு, $\overline{\text{திமிகிடதக}}$ ||

தத், தன, $\overline{\text{திமிகிடதக}}$ - $\overline{\text{தனஜொனு}}$, $\overline{\text{திமிகிடதக}}$ |

(4 அட்சரம் தள்ளி)

$\overline{\text{திமிகிடதக}}$ கிணதொம் ததிகிணதொம்

$\overline{\text{திமிகிடதக}}$ கிண || தொம் ததிகிணதொம் ததிகிணதொம்

$\overline{\text{திமிகிடதக}}$ கிண | தொம் ததிகிணதொம் ததிகிணதொம் ததிகிணதொம் ||

4. tALam: Adi kalai: 1 Avartanam: 6

tajonu tanata tatimi timita kiTatimi | tatanata kiTatimi takajonu tAm ; ||

tajonu tanata tatimi timita kiTatimi | tatanata kiTatimi takajonu tai ; , ||

tajonu tanatakiTa takajonu tAm ; | tajonu tanatakiTa takajonu tai ; , ||

tajonu tanata tatimi timita kiTatimi | kıTatakatarıkıTatom ; ,

takatiku kıTatakatarıkıTatom ; , ||

tajonu tanata tatimi timita kiTatimi | kıTatakatarıkıTatom ; ,

takatiku kıTatakatarıkıTatom ; , ||

tajonu tanata tatimi timita kiTatimi | kıTatakatarıkıTatom ; ,

takatiku kıTatakatarıkıTatom ; , ||

4. தாளம்: ஆதி   கலை: 1   ஆவர்தனம்: 6

தஜொனு தனத ததிமி திமித கிடதிமி | ததனத கிடதிமி தகஜொனு தாம்; ||
தஜொனு தனத ததிமி திமித கிடதிமி | ததனத கிடதிமி தகஜொனு தை; , ||

தஜொனு தனதகிட தகஜொனு தாம்; | தஜொனு தனதகிட தகஜொனு தை; , ||

தஜொனு தனத ததிமி திமித கிடதிமி | கிடதகதரிகிடதொம்; ,

தகதிகு கிடதகதரிகிடதொம்; , ||

தஜொனு தனத ததிமி திமித கிடதிமி | கிடதகதரிகிடதொம்; ,

தகதிகு கிடதகதரிகிடதொம்; , ||

தஜொனு தனத ததிமி திமித கிடதிமி | கிடதகதரிகிடதொம்; ,

தகதிகு கிடதகதரிகிடதொம்; , ||

5. tALam: Adi   kalai: 1   Avartanam: 6

tatIm ta, jam, tatari ta, ri, tA | , taritatana, tanatajonu, timita ||

tatIm ta, jam, tatana ta, ri, tai, | , taritatana, tanatajonu, timita ||

tatIm ta, jam, tatari ta, ri, tA | , tatIm ta, jam, tatana ta, ri, tai || ;

tatIm ta, jam, tatari, - tatIm | ta, jam, tatana,

(after 6 aksharAs)

tatIm ta, jam, ta || tari - ta ; , ti ; , gi, Na, tom, |

tatIm ta, jam, tatari - ta ; , ti, || ; gi, Na, tom,

tatIm ta, jam, ta | tari - ta ; , ti ; , gi, Na, tom, ||

5. தாளம்: ஆதி கலை: 1 ஆவர்தனம்: 6

ததீம் த, ஜம், ததரி த, ரி, தா ।, தரிததன, தனதஜொனு, திமித ॥
ததீம் த, ஜம், ததன த, ரி, தை, ।, தரிததன, தனதஜொனு, திமித ॥

ததீம் த, ஜம், ததரி த, ரி, தா ।, ததீம் த, ஜம், ததன த, ரி, தை ॥ ;
ததீம் த, ஜம், ததரி, - ததீம் । த, ஜம், ததன,

(6 அட்சரம் தள்ளி)

ததீம் த, ஜம், த ॥ தரி - த; , திங்; , கி, ண, தொம், ।
ததீம் த, ஜம், ததரி - த; , திங், ॥ ; கி, ண, தொம்,
ததீம் த, ஜம், த । தரி - த; , திங்; , கி, ண, தொம், ॥

6. tALam: Adi   kalai: 1   Avartanam: 6

gugutana tarikiTa gu, gu, tanakiTa | gugum, ta tanakiTa gugutana jam ; , ||

gugutana tarikiTa gu, gu, tanakiTa | gugum, ta tanakiTa gugutana jam ; , ||

gugutana tarikiTa gugutana jam ; , | gugum, ta tanakiTa gugutana jam ; , ||

gugutana jam, gugutana tarıkıTatom ; , ; | ;
tarıkıTatom ; , tarıkıTatom ; ,

gugutana jam, || gugutana kıTatakatarıkıTatom ; , ; ;
kıTataka | tarıkıTatom ; , kıTatakatarıkıTatom ; ,

gugutana jam, || gugutana tA kıTatakatarıkıTatom ; , ; ; |
tA kıTatakatarıkıTatom ; , tA kıTatakatarıkıTatom ; , ||

6. தாளம்: ஆதி கலை: 1 ஆவர்தனம்: 6

குகுதன தரிகிட கு, கு, தனகிட । குகும், த தனகிட குகுதன ஜம்; , ॥
குகுதன தரிகிட கு, கு, தனகிட । குகும், த தனகிட குகுதன ஜம்; , ॥

குகுதன தரிகிட குகுதன ஜம்; , । குகும், த தனகிட குகுதன ஜம்; , ॥

குகுதனஜம், குகுதன தரிகிடதொம்; , ; । ;
தரிகிடதொம்; , தரிகிடதொம்; ,

குகுதனஜம், ॥ குகுதன கிடதகதரிகிடதொம்; , ; ;
கிடதக | தரிகிடதொம்; , கிடதகதரிகிடதொம்; ,

குகுதனஜம், ॥ குகுதன தா கிடதகதரிகிடதொம்; , ; ; ।
தா கிடதகதரிகிடதொம்; , தா கிடதகதரிகிடதொம்; , ॥

7. tALam: Adi   kalai: 1   Avartanam: 6

tAjonuta tAjonutaka jonuta jonu | tA, timitA, jonuta tatigiNatom ||

takajonuta takajonutaka jonuta jonu | tA, timitA, jonuta tatigiNatom ||

tAjonuta tAjonutaka jonuta jonu | tA,

taka jonuta takajonutaka jonu || ta jonu tai ;

tAjonujonu tA, ta | ka jonujonu tai ;

(after 6 aksharAs)

tAjonu takajonu || tajonu tatimi takatatıgıNatom, , takatıkutatıgıNatom, |

tAjonu takajonu tajonu tatimi takatatı || gıNatom, , takatıkutatıgıNatom,

tAjonu takajonu | tajonu tatimi takatatıgıNatom, , takatıkutatıgıNatom, ||

7. தாளம்: ஆதி கலை: 1 ஆவர்தனம்: 6

தாஜொனுத தாஜொனுதக ஜொனுதஜொனு ।
தா, திமிதா, ஜொனுததிகிணதொம் ॥
தகஜொனுத தகஜொனுதக ஜொனுதஜொனு ।
தா, திமிதா, ஜொனுத ததிகிணதொம் ॥

தாஜொனுத தாஜொனுதக ஜொனுதஜொனு । தா,
தகஜொனுத தகஜொனுதக ஜொனு ॥ தஜொனு தை;
தாஜொனுஜொனு தா, த । க ஜொனுஜொனு தை;

(6 அட்சரம் தள்ளி)

தாஜொனு தகஜொனு ॥ தஜொனு ததிமி
தகததிகிணதொம், , தகதிகுததிகிணதொம், ।
தாஜொனு தகஜொனு தஜொனு ததிமி
தகததி || கிணதொம், , தகதிகுததிகிணதொம்,
தாஜொனு தகஜொனு । தஜொனு ததிமி
தகததிகிணதொம், , தகதிகுததிகிணதொம், ॥

8. tALam: Adi   kalai: 1   Avartanam: 6

tat, tit, tAhata jam, tarikiTataka | tAhatajam, ta, ti, gi, Na, tom, ||
takatit, tatahata jam, tarikiTataka | tatahatajam, ta, ti, gi, Na, tom, ||

tat, tit, tAhata jam, tarikiTataka | tAhatajam,
takatit, tatahata jam, || tari kiTataka tatahatajam,

tat, tit, | tAhatajam, tarikiTataka
takatit, || tatahatajam, tarikiTataka

(after 3 aksharAs)

tAhata | jam, tarıkıTatom ; , kıTatakatarıkıTatom ; , ;
tata || hata jam, tarıkıTatom ; , kıTatakatarıkıTatom ; , ; |
tAhata jam, tarıkıTatom ; , kıTatakatarıkıTatom ; , ||

8. தாளம்: ஆதி   கலை: 1   ஆவர்தனம்: 6

தத், தித், தாஹத ஜம், தரிகிடதக | தாஹதஜம், த, திங், கி, ண, தொம், ||
தகதித், ததஹத ஜம், தரிகிடதக | ததஹதஜம், த, திங், கி, ண, தொம், ||

தத், தித், தாஹத ஜம், தரிகிடதக | தாஹதஜம்,
தகதித், ததஹத ஜம், || தரிகிடதக ததஹதஜம்,

தத், தித், | தாஹதஜம், தரிகிடதக
தகதித், || ததஹதஜம், தரிகிடதக

(3 அட்சரம் தள்ளி)

தாஹத | ஜம், தரிகிடதொம்;, கிடதகதரிகிடதொம்;, ;
தத || ஹதஜம், தரிகிடதொம்;, கிடதகதரிகிடதொம்;, ; |
தாஹதஜம், தரிகிடதொம்;, கிடதகதரிகிடதொம்;, ||

9. tALam: Adi kalai: 1 Avartanam: 6

tatana tanatajam, tAhatajam, tata | hatajam, jam, tari jakatari tA ; ||

tatana tanatajam, tAhatajam, tata | hatajam, jam, tari jakatari tai ; , ||

tatana tanatajam, jam, taritA ; | tatana tanatajam, jam, taritai ; , ||

tatana tanatajam, tanata jonutajam, | jonuta timitajam, timita takiTataka ||

tatana tanata tAhatajam, tA kıTataka | tarıkıTatom ; , ;

tatana tanata tatahata || jam, tA kıTatakatarıkıTatom ; , ;

tatana ta | nata tAhatajam, tA kıTataka | tarıkıTatom ; , ||

9. தாளம்: ஆதி   கலை: 1   ஆவர்தனம்: 6

ததன தனதஜம், தாஹதஜம், தத | ஹதஜம், ஜம், தரி ஜகதரி தா; ||
ததன தனதஜம், தாஹதஜம், தத | ஹதஜம், ஜம், தரி ஜகதரி தை; , ||

ததன தனதஜம், ஜம், தரிதா; | ததன தனதஜம், ஜம், தரிதை; , ||
ததன தனதஜம், தனத ஜொனுதஜம், | ஜொனுத திமிதஜம், திமித தகிடதக ||

ததன தனத தாஹதஜம், தா கிடதக | தரிகிடதொம்; , ;
ததன தனத ததஹத || ஜம், தா கிடதகதரிகிடதொம்; , ;
ததன த | னத தாஹதஜம், தா கிடதகதரிகிடதொம்; , ||

10.   tALam: Adi   kalai: 1   Avartanam: 8

tInuta tat, timi tAhatajam, tata | jam ; tatanam ; tatarum ; tA, ||
tatinuta tat, timi tatahatajam, tata | jam ; tatanam ; tatarum ; tai ; ||

tInuta tat, timi tAhatajam, tata | jam, tari tA ;
tatinuta tat, timi || tatahatajam, tatajam, tari tai ; , |

tInuta tat, timi tAhatajam, tari || tatinuta tat, timi tatahatajam, tari |

(after 4 aksharAs)
tInu tinuta tatinu tinuta ta, ta, || jam, ta, ta, nam, - ta, ti, gi, Na, | tom, ;
tInu tinuta tatinu tinuta || ta, ta, jam, ta, ta, nam, - tat, ta, | ti, gi, Na, tom, ;
tInu tinuta || tatinu tinuta ta, ta, jam, ta, ta, | nam, - takatat, ta, ti, gi, Na, tom, ||

10. தாளம்: ஆதி   கலை: 1   ஆவர்தனம்: 8

தீனுத தத், திமி தாஹதஜம், தத । ஜம்; ததனம்; ததரும்; தா, ॥
ததினுத தத், திமி ததஹதஜம், தத । ஜம்; ததனம்; ததரும்; தை; ॥

தீனுத தத், திமி தாஹதஜம், தத । ஜம், தரி தா;
ததினுத தத், திமி ॥ ததஹதஜம், ததஜம், தரி தை; , ।

தீனுத தத், திமி தாஹதஜம், தரி ॥ ததினுத தத், திமி ததஹதஜம், தரி ।

(4 அட்சரம் தள்ளி)

தீனு தினுத ததினு தினுத த, த, ॥ ஜம், த, த, நம், - த, திங், கி, ண, । தொம், ;
தீனு தினுத ததினு தினுத ॥ த, த, ஜம், த, த, நம், - தத், த, । திங், கி, ண, தொம், ;
தீனு தினுத ॥ ததினு தினுத த, த, ஜம், த, த, । நம், - தகதத், த, திங், கி, ண, தொம், ॥

11.   tALam: Adi   kalai: 1   Avartanam: 8

tatIm tImtakiTa jonuta timitakiTa | timita jonutakiTa jonu takatina tAm ||

tatIm tImtakiTa jonuta timitakiTa | timita jonutakiTa jonu takatina tai , ||

tatIm tImtakiTa jonuta timitakiTa | jonu takatina tAm

tatIm tImtakiTa || jonuta timitakiTa jonu takatina tai , |

tatIm tImtakiTa takatina tAm ; || tatIm tImtakiTa takatina tai ; , |

tatIm tImtakiTa jonuta timitakiTa || timita jonutakiTa jonuta takatakiTa |

(after 4 aksharAs)

tatIm tatIm tatimi takiTa tatigiNa || tom,

tatIm tatIm tatimi takiTa tati | giNatom, taka tatigiNatom,

tatIm ta || tIm tatimi takiTa tatigiNatom, taka | tatigiNatom, takatiku tatigiNatom, ||

11. தாளம்: ஆதி   கலை: 1   ஆவர்தனம்: 8

ததீம் தீம்தகிட ஜொனுத திமிதகிட | திமித ஜொனுதகிட ஜொனுதகதின தாம் ||
ததீம் தீம்தகிட ஜொனுத திமிதகிட | திமித ஜொனுதகிட ஜொனுதகதின தை, ||

ததீம் தீம்தகிட ஜொனுத திமிதகிட | ஜொனு தகதின தாம்
ததீம் தீம்தகிட || ஜொனுத திமிதகிட ஜொனு தகதின தை, |

ததீம் தீம்தகிட தகதின தாம்; || ததீம் தீம்தகிட தகதின தை; , |
ததீம் தீம்தகிட ஜொனுத திமிதகிட || திமித ஜொனுதகிட ஜொனுத தகதகிட |

(4 அட்சரம் தள்ளி)

ததீம் ததீம் ததிமி தகிட ததிகிண || தொம்,
ததீம் ததீம் ததிமி தகிட ததி | கிணதொம், தக ததிகிணதொம்,
ததீம் த || தீம் ததிமி தகிட ததிகிணதொம், தக | ததிகிணதொம்,
தகதிகு ததிகிணதொம், ||

12.   tALam: Adi   kalai: 1   Avartanam: 8

(tAku tanakujam, tanakina tataku ta | nakujam, tanakina tAku tanakujam, ||
tataku tanakujam, tAku tanaku tana | ku jonuku tadiku didiku didiku tanaku ||) x2

tAku tanakujam, tanakina tAku ta | naku tanaku kinaku
tataku tanakujam, || tanakina tataku tanaku tanaku kinaku |

tAku tanaku jam, tataku tanaku jam, ||

tAku tanaku tanaku kinaku takatiku | kıTatakatarıkıTatom ; , ;
tAku tanaku tana || ku kinaku tA kıTatakatarıkıTatom ; , ;
tA | ku tanaku tanaku kinaku kıTatakatarıkıTatom ; , ||

12. தாளம்: ஆதி   கலை: 1   ஆவர்தனம்: 8

(தாகு தனகுஜம், தனகின ததகு த । னகுஜம், தனகின தாகு தனகுஜம், ॥
ததகு தனகுஜம், தாகு தனகு தன । கு ஜொனுகு தடிகு டிடிகு டிடிகு தனகு ॥) x2

தாகு தனகுஜம், தனகின தாகு த । னகு தனகு கினகு
ததகு தனகுஜம், ॥ தனகின ததகு தனகு தனகு கினகு ।

தாகு தனகு ஜம், ததகு தனகு ஜம், ॥

தாகு தனகு தனகு கினகு தககிதகு । கிடதககதரிகிடதொம்; , ;
தா।கு தனகு தன ॥ கு கினகு தா கிடதககதரிகிடதொம்; , ;
தா । கு தனகு தனகு கினகு கிடதககதரிகிடதொம்; , ॥

13. tALam: Adi   kalai: 1   Avartanam: 9

(tAku jEkutaka jEku tanakutaka | tanaku kinakutaka tanakujam, takiTa ||
tanakujam, takiTa tikiTa tanakujam, | takiTa tikiTa tomkiTa ta, ti, giNatom ||) x2

tAku jEkutaka tAku tanakujam, | tataku jEkutaka tataku tanakujam, ||
tAku jEkutaka jam ; , tataku j|Ekutaka jam ; ,

(after 6 aksharAs)

tAku jEkutaka || jam , tAku jEku tataku jEku tati | giNatom   ; ;
tAku jEkutakajam || , tAku jEku tataku jEku tatigi | Natom tatigiNatom   ; ;
tAku jE || kutakajam , tAku jEku tataku jE | ku tatigiNatom tatigiNatom tatigiNatom ||

(or)

tAku jEkutaka || tAku jEku tataku jEku tari tata | na tatigiNatom   ;
tAku jEkutaka || tAku jEku tataku jEku tari tata | na tatigiNatom   ;
tAku jEkutaka || tAku jEku tataku jEku tari tata | na tatigiNatom
                                     tatigiNatom tatigiNatom ||

4

13. தாளம்: ஆதி கலை: 1 ஆவர்தனம்: 9

(தாகு ஜேகுதக ஜேகு தனகுதக । தனகு கினகுதக தனகுஜம், தகிட ॥
தனகுஜம், தகிட திகிட தனகுஜம், । தகிட திகிட தொம்கிட த, தி, கிணதொம் ॥) x2
தாகு ஜேகுதக தாகு தனகுஜம், । ததகு ஜேகுதக ததகு தனகுஜம், ॥
தாகு ஜேகுதக ஜம்; , ததகு ஜேகுதக ஜம்; ,

(6 அட்சரம் தள்ளி)

தாகு ஜேகு தக ॥ ஜம், தாகு ஜேகு ததகு ஜேகு ததி । கிணதொம் ; ;
தாகு ஜேகு தகஜம் ॥ , தாகு ஜேகு ததகு ஜேகு ததிகி । ணதொம் ததிகிணதொம் ; ;
தாகு ஜே ॥ கு தகஜம், தாகு ஜேகு ததகு ஜே । கு ததிகிணதொம்
ததிகிணதொம் ததிகிணதொம் ॥

(அல்லது)

தாகு ஜேகுதக ॥ தாகு ஜேகு ததகு ஜேகு தரி தத । ன ததிகிணதொம் ;
தாகு ஜேகுதக ॥ தாகு ஜேகு ததகு ஜேகு தரி தத । ன ததிகிணதொம் ;
தாகு ஜேகுதக ॥ தாகு ஜேகு ததகு ஜேகு தரி தத । ன ததிகிணதொம்
ததிகிணதொம் ததிகிணதொம் ॥

14.   tALam: Adi   kalai: 1   Avartanam: 10

[tataku jam, tari, jEku nam, tari, |

tisra nadai (tA tajam tA ; tajam tA || tarıkıTa tajam tai ; , tajam tai,) |

kanda nadai (takatajam, takatanam, takatarum, kıTatakatarıkıTataka) ||] x2

tataku jam, tari, jEku nam, tajam, | jEku nam, tari, tataku jam, tajam, ||

tataku jam, tatA ; , jam, tatA | jEku nam, tatai ; ; nam, tatai, ||

tataku jam, tari jEku nam, tari – jam, | tari jakatari janajana kukumtari

(after 7 ½ aksharAs)

tat, || , tit ; tA, tatari tat, tit, tA | tatIgiNatom ; ;

tat ; tit ; || tA, tatari tat, tit, tA tatIgi | Natom tatIgiNatom ; ;

tat; tit || ; tA, tatari tat, tit, tA tatI | giNatom tatIgiNatom tatIgiNatom ||

14. தாளம்: ஆதி   கலை: 1   ஆவர்தனம்: 10

[ததகு ஜம், தரி, ஜேகு நம், தரி, ।

திஸ்ர நடை (தா தஜம் தா; தஜம் தா ॥ தரிகிட தஜம் தை; , தஜம் தை,) ।

கண்ட நடை (தகதஜம், தகதனம், தகதரும், கிடதகதரிகிடதக) ॥] x2

ததகு ஜம், தரி, ஜேகு நம், தஜம், । ஜேகு நம், தரி, ததகு ஜம், தஜம், ॥

ததகு ஜம், ததா; , ஜம், ததா । ஜேகு நம், ததை; ; நம், ததை, ॥

ததகு ஜம், தரி ஜேகு நம், தரி - ஜம், । தரி ஜகதரி ஜனஜன குகும்தரி

(7 1/2 அட்சரம் தள்ளி)

தத், ॥ , தித்; தா, ததரி தத், தித், தா ।

ததீங்கிணதொம் ; ;

தத்; தித்; ॥ தா, ததரி தத், தித், தா

ததீங்கி । ணதொம் ததீங்கிணதொம் ; ;

தத்; தித் ॥ ; தா, ததரி தத், தித், தா

ததீ । ங்கிணதொம் ததீங்கிணதொம் ததீங்கிணதொம் ॥

15.   tALam: Adi   kalai: 1   Avartanam: 10

tat, tatIm takiTa tImtakiTa tIm t|ImtakiTa tA, tI, tarikiTataka ||

takatatIm takiTa tImtakiTa tIm t|ImtakiTa tA, tI, tarikiTataka ||

tat, tatIm takiTa tIm takiTa tikiTa | takatatIm takiTa tIm tIm, tarıkıTataka ||

tat, tatIm takiTa tIm takiTa tikiTa | takatatIm takiTa tIm tIm, tarıkıTataka ||

tat, tatIm takiTa ; tatIm takiTa | takatatIm takiTa ; tatIm takiTa ||

; tatIm takiTa ; tatIm takiTa |

(after 4 aksharAs)

tat, tatIm takiTa takatatIm takiTa || tatIm tatIm kıTatakatarıkıTatom ; ,

tA kıTataka | tarıkıTatom ; , takatiku kıTatakatarıkıTatom ; ,

tat, || tatIm takiTa takatatIm takiTa taka | tatIm tatIm kıTatakatarıkıTatom ; ,

tA kıTataka || tarıkıTatom ; , takatiku kıTatakatarıkıTatom ; ,

tat, | tatIm takiTa takatatIm takiTa taka || tiku tatIm tatIm kıTatakatarıkıTatom ; ,

tA | kıTatakatarıkıTatom ; , takatiku kıTatakatarıkıTatom ; , ||

15. தாளம்: ஆதி   கலை: 1   ஆவர்தனம்: 10

தத், ததீம் தகிட தீம்தகிட தீம் தீம் தகிட தா, தீ, தரிகிடதக ॥
தகததீம் தகிட தீம்தகிட தீம் தீம் தகிட தா, தீ, தரிகிடதக ॥

தத், ததீம் தகிட தீம்தகிட திகிட | தகததீம் தகிட தீம் தீம், தரிகிடதக ॥
தத், ததீம் தகிட தீம்தகிட திகிட | தகததீம் தகிட தீம் தீம், தரிகிடதக ॥

தத், ததீம் தகிட ; ததீம் தகிட | தகததீம் தகிட ; ததீம் தகிட ॥
; ததீம் தகிட ; ததீம் தகிட |

(4 அட்சரம் தள்ளி)

தத், ததீம் தகிட தகததீம் தகிட ॥ ததீம் ததீம் கிடதகதரிகிடதொம்;,
தா கிடதக | தரிகிடதொம்;, தகதிகு கிடதகதரிகிடதொம்;,
தத், ॥ ததீம் தகிட தகததீம் தகிட தக | ததீம் ததீம் கிடதகதரிகிடதொம்;,
தா கிடதக ॥ தரிகிடதொம்;, தகதிகு கிடதகதரிகிடதொம்;,
தத், | ததீம் தகிட தகததீம் தகிட தக ॥ திகு ததீம் ததீம் கிடதகதரிகிடதொம்;,
தா | கிடதகதரிகிடதொம்;, தகதிகு கிடதகதரிகிடதொம்;, ॥

16.   **tALam: Adi**   **kalai: 1**   **Avartanam: 11**

(jam, jam, janajana janata jonuta jonu | jonu jonu jonu tA janam, janam, janam || ;
janata jonuta tA jonuta timita | tai, timita jonuta tA janajanajana ||) x2

(jam, jam, janajana janata jonuta tA | janam, janam, janam ; , tatigiNatom ||
jam, janajam ; jonuta tA janajana | jakajaka janam, jonuta tai, janajana ||) x2

jam, janajana – jam, jam, janajana – jam, | jam, jam, janajana
kıTatakatarıkıTatom ; , ,

jam, jana || jana – jam, jam, janajana – jam, jam, jam, | janajana
kıTatakatarıkıTatom ; ,   tA kıTatakatarıkıTatom ; , ,

jam, jana || jana – jam, jam, janajana – jam, jam, jam, | janajana
kıTatakatarıkıTatom ; ,   tA kıTatakatarıkıTatom ; ,   takatıku kıTatakatarıkıTatom ; , ||

16. தாளம்: ஆதி   கலை: 1   ஆவர்தனம்: 11

(ஜம், ஜம், ஜனஜன ஜனத ஜொனுத ஜொனு |

ஜொனு ஜொனு ஜொனு தா ஜனம், ஜனம், ஜனம் || ;

ஜனத ஜொனுத தா ஜொனுத திமித | தை, திமித ஜொனுத தா ஜனஜனஜன ||) x2

(ஜம், ஜம், ஜனஜன ஜனத ஜொனுத தா | ஜனம், ஜனம், ஜனம்; , ததிகிணதொம் ||

ஜம், ஜனஜம்; ஜொனுத தா ஜனஜன | ஜகஜக ஜனம், ஜொனுத தை, ஜனஜன ||) x2

ஜம், ஜனஜன - ஜம், ஜம், ஜனஜன - ஜம், | ஜம், ஜம், ஜனஜன

கிடதகதரிகிடதொம்; , ,

ஜம், ஜன || ஜன - ஜம், ஜம், ஜனஜன - ஜம், ஜம், ஜம், | ஜனஜன

கிடதகதரிகிடதொம்; , தா கிடதகதரிகிடதொம்; , ,

ஜம், ஜன || ஜன - ஜம், ஜம், ஜனஜன - ஜம், ஜம், ஜம், | ஜனஜன

கிடதகதரிகிடதொம்; , தா கிடதகதரிகிடதொம்; , தகதிகு கிடதகதரிகிடதொம்; , ||

17. tALam: Adi kalai: 1 Avartanam: 11

(jonu janakiTa kukumtari takumtari tata | getin tA, ginagina takatAgetin tai ; ||

ginagina tatagetin, takatAgetin, getin | , tana, jonu, timi, ginaginajonu ||) x2

jonu janakiTa kukumtari tatagetin tA | , ginagina takatAgetin, getin, tana, ||

jonu janakiTa kukumtari takatAgetin tA | , ginagina tatagetin, getin, tana, ||

jonu janakiTa kukumtari tatagetin tari | , tana,

jonu janakiTa kukumtari takatA || getin tari, tana,

(after 2 aksharAs)

jonujanakiTa jana | kiTataka jonu, kiTa, jonukiTa

tati || giNatom kıTatakatarıkıTatom ; , , tatigiNatom

jonujana | kiTa janakiTataka jonu, kiTa, jonu || kiTa timikiTa

tatigiNatom kıTatakatarıkıTatom ; , , ta | tigiNatom

jonujanakiTa janakiTataka || jonu, kiTa, jonukiTa timikiTa kiTa | taka

tatigiNatom kıTatakatarıkıTatom ; , , tatigiNatom ||

17. தாளம்: ஆதி   கலை: 1   ஆவர்தனம்: 11

(ஜொனு ஜனகிட குகும்தரி தகும்தரி தத்த । கெதின் தா, கினகின தகதாகெதின் தை; ॥
கினகின தத்தகெதின், தகதாகெதின், கெதின் । , தன, ஜொனு, திமி,
கினகினஜொனு ॥) x2

ஜொனு ஜனகிட குகும்தரி தத்தகெதின் தா । , கினகின தகதாகெதின், கெதின், தன, ॥

ஜொனு ஜனகிட குகும்தரி தகதாகெதின் தா । , கினகின தத்தகெதின், கெதின், தன, ॥

ஜொனு ஜனகிட குகும்தரி தத்தகெதின் தரி । , தன,

ஜொனு ஜனகிட குகும்தரி தகதா ॥ கெதின் தரி, தன,

(2 அட்சரம் தள்ளி)

ஜொனு ஜனகிட ஜன । கிடதக ஜொனு, கிட, ஜொனுகிட

ததி ॥ கிணதொம் கிடதகதரிகிடதொம்;, , ததிகிணதொம்

ஜொனு ஜன । கிட ஜனகிடதக ஜொனு, கிட, ஜொனு ॥ கிட திமிகிட

ததிகிணதொம் கிடதகதரிகிடதொம்;, , த । திகிணதொம்

ஜொனு ஜனகிட ஜனகிடதக ॥ ஜொனு, கிட, ஜொனுகிட திமிகிட கிட । தக

ததிகிணதொம் கிடதகதரிகிடதொம்;, , ததிகிணதொம் ॥

18. tALam: Adi kalai: 1 Avartanam: 11

(tat, tit, takanaka jam, tari kiTataka | jam, tari kiTataka tA ; takajam, ||

tari kiTataka tA ; takatiku jam, | tari kiTataka tA ; takumtarikiTa ||) x2

tat, tit, takanaka jam, tari kiTataka | nam, tari kiTataka jam, tarikiTataka tA ; ||

takatit, takanaka jam, tari kiTataka | nam, tari kiTataka jam, tarikiTataka tai ; , ||

tat, tit, takanaka jam, tarikiTataka tA ; | taka tit, takanaka jam, tarikiTataka tai ; , ||

tat, tit, takanaka takatit, takanaka | jam, tarikiTataka

gi, Na, tom, gi, Na, tom, || takatatigiNatom, ; ;

tat, tit, | takanaka takatit, takanaka jam, tarikiTataka ||

gi, Na, tom, gi, Na, tom, takatati | giNatom, ; ;

tat, tit, takanaka || takatit, takanaka jam, tarikiTataka

gi, Na, | tom, gi, Na, tom, takatatigiNatom, ||

18. தாளம்: ஆதி   கலை: 1   ஆவர்தனம்: 11

(தத், தித், தகநக ஜம், தரிகிடதக | ஜம், தரி கிடதகதா; தகஜம், ||
தரி கிடதகதா; தகதிகு ஜம், | தரி கிடதகதா; தகும்தரிகிட ||) x2

தத், தித், தகநக ஜம், தரி கிடதக | நம், தரி கிடதக ஜம்,தரிகிடதக தா; ||
தகதித், தகநக ஜம், தரி கிடதக | நம், தரி கிடதக ஜம்,தரிகிடதக தை; , ||

தத், தித், தகநக ஜம்,தரிகிடதக தா; | தகதித், தகநக ஜம்,தரிகிடதக தை; , ||

தத், தித், தகநக தகதித், தகநக | ஜம்,தரிகிடதக
கி, ண, தொம், கி, ண, தொம், || தகததிகிணதொம், ; ;
தத், தித், | தகநக தகதித், தகநக ஜம்,தரிகிடதக ||
கி, ண, தொம், கி, ண, தொம், தகததி | கிணதொம், ; ;
தத், தித், தகநக || தகதித், தகநக ஜம்,தரிகிடதக
கி, ண, | தொம், கி, ண, தொம், தகததிகிணதொம், ||

Adi tALam – Yati patterns

19.   **tALam: Adi**   **kalai: 1**   **Avartanam: 5 (sama yati)**

tAkuta nAkuta jEkuta nam, tA | tAkuta nam, tA tatakuta jam, tari ||

tatakuta nAkuta jEkuta nam, tA | tatakuta nam, tA tatakuta jam, tari ||

tAkuta nam, tA tAkuta jam, tari | tatakuta nam, tA tatakuta jam, tari ||

tAkuta jam, tA – tatakuta jam, tA |

(after 4 aksharAs)

tAkutajam, takatiku kıTatakatarıkıTatom ; , ||

tatakutajam, takatiku kıTatakatarıkıTatom ; , |

tAkutajam, takatiku kıTatakatarıkıTatom ; , ||

ஆதி தாளம் - யதி முறைகள்

19. தாளம்: ஆதி **கலை:** 1 **ஆவர்தனம்:** 5 (சம யதி)

தாகுத நாகுத ஜேகுத நம், தா | தாகுத நம், தா ததகுத ஜம், தரி ||

ததகுத நாகுத ஜேகுத நம், தா | ததகுத நம், தா ததகுத ஜம், தரி ||

தாகுத நம், தா தாகுத ஜம், தரி | ததகுத நம், தா ததகுத ஜம், தரி ||

தாகுத ஜம், தா - ததகுத ஜம், தா |

(4 அட்சரம் தள்ளி)

தாகுதஜம், தகதிகு கிடதகதரிகிடதொம்; , ||
ததகுதஜம், தகதிகு கிடதகதரிகிடதொம்; , |
தாகுதஜம், தகதிகு கிடதகதரிகிடதொம்; , ||

20.   tALam: Adi   kalai: 1   Avartanam: 4 (mritanga yati)

takanaka jam, tari kiTataka ta, jam, | ;

tat, takanaka jam, tari kiTataka || takajam ; ,

tat, tit, takanaka jam, | tari kiTataka ta, jam ; ,

(after 7 aksharAs)

takatiku || tA, tajam, ta ; , ti ; , gi, | Na, tom, ; ;

taka tA, tajam, || ta, tI ; gi, Na, tom, ; ; |

tA, tajam, ta, ti, gi, Na, tom, ||

(or)

<u>tarıkıTatom</u> ; , ||

<u>takatiku</u> <u>kıTatakatarıkıTatom</u> ; ,   <u>takatiku</u> <u>kıTataka</u> | <u>tarıkıTatom</u> ; ,   ; ;

<u>tarıkıTatom</u> ; ,

<u>tA</u> <u>kıTataka</u> || <u>tarıkıTatom</u> ; ,   <u>tA</u> <u>kıTatakatarıkıTatom</u> ; ,   ; ; |

<u>tarıkıTatom</u> ; ,

<u>kıTatakatarıkıTatom</u> ; ,   <u>kıTatakatarıkıTatom</u> ; , ||

20. தாளம்: ஆதி   கலை: 1   ஆவர்தனம்: 4 (மிருதங்க யதி)

தகநக ஜம், தரி கிடதக தஜ், ஜம், | ;

தத், தகநக ஜம், தரி கிடதக || தகஜம்; ,

தத், தித், தகநக ஜம், | தரி கிடதக தஜ், ஜம்; ,

(7 அட்சரம் தள்ளி)

தகதிகு || தா, தஜம், த; , திங்; , கி, | ண, தொம், ; ;

தக தா, தஜம், || த, தீங்; கி, ண, தொம், ; ; |

தா, தஜம், த, தி, கி, ண, தொம், ||

(அல்லது)

தரிகிடதொம்; , ||

தகதிகு கிடதகதரிகிடதொம்; , தகதிகு கிடதக | தரிகிடதொம்; , ; ;

தரிகிடதொம்; ,

தா கிடதக || தரிகிடதொம்; , தா கிடதகதரிகிடதொம்; , ; ; |

தரிகிடதொம்; ,

கிடதகதரிகிடதொம்; , கிடதகதரிகிடதொம்; , ||

21. tALam: Adi kalai: 1 Avartanam: 4 (damaru yati)

tAhata jam, taritA ; jam, tari | jakatari tai ; ,

tAhata jam, tari || tA jam, tari jakatari tai,

tAhata | jam, tari – jam, tari jakatari

tAhata || jam, tatahata jam,

jam, tari jakatari |

(after 4 aksharAs)

tA ; ; kıTatakatarıkıTatom ; ,

tit, tA || ; ; tA kıTatakatarıkıTatom ; ,

tat, tit, | tA ; ; takatiku kıTatakatarıkıTatom ; , ||

(or)

tA tarıkıTatom ; ,

tit, tA kıTatakatarıkıTatom ; , ||

tat, tit, tA – tA kıTatakatarıkıTatom ; ,

tat, | tit, tit, tA takatiku kıTatakatarıkıTatom ; , ||

21. தாளம்: ஆதி கலை: 1 ஆவர்தனம்: 4 (டமரு யதி)

தாஹத ஜம், தரிதா; ஜம், தரி । ஜகதரி தை; ,

தாஹத ஜம், தரி ॥ தா ஜம், தரி ஜகதரி தை,

தாஹத । ஜம், தரி - ஜம், தரி ஜகதரி

தாஹத ॥ ஜம், ததஹத ஜம்,

ஜம்,தரி ஜகதரி ।

(4 அட்சரம் தள்ளி)

தா; ; கிடதகதரிகிடதொம்; ,

தித், தா ॥ ; ; தா கிடதகதரிகிடதொம்; ,

தத், தித், । தா; ; தகதிகு கிடதகதரிகிடதொம்; , ॥

(அல்லது)

தா தரிகிடதொம்; ,

தித், தா கிடதகதரிகிடதொம்; , ॥

தத், தித், தா - தா கிடதகதரிகிடதொம்; ,

தத், । தித், தித், தா தகதிகு கிடதகதரிகிடதொம்; , ॥

22. tALam: Adi kalai: 1 Avartanam: 4 (srotovAka yati)

tAhata jam, tari tA ;

tInuta | tat, timi tAhata jam, tari tA ; ||

tatinuta tat, timi tAhata jam, tari | jam, tari jakatari tA ;

(after 7 aksharAs)

jam, tari || tA; kıTatakatarıkıTatom ; , ; ;

tA | hata jam, tari tA ; tA kıTatakatarıkıTa || tom ; , ; ;

tat, tit, tAhata jam, | tari tA ; takatiku kıTatakatarıkıTatom ; , ||

22. தாளம்: ஆதி   கலை: 1 ஆவர்தனம்: 4 (ஸ்ரோதோவாக யதி)

தாஹத ஜம், தரி தா;

தீனுத | தத், திமி தாஹத ஜம், தரி தா; ||

ததினுத தத், திமி தாஹத ஜம், தரி | ஜம், தரி ஜகதரி தா;

(7 அட்சரம் தள்ளி)

ஜம், தரி || தா; கிடதகதரிகிடதொம்;, ; ;

தா | ஹத ஜம், தரி தா; தா கிடதகதரிகிட ||தொம்;, ; ;

தத், தித், தாஹத ஜம், | தரி தா; தகதிகு கிடதகதரிகிடதொம்;, ||

23.   tALam: Adi   kalai: 1   Avartanam: 4 (kOpuca yati)

tat, tit, tAhata jam, tari tarikiTa | jam,

takatit, tatahata jam, tari tari || kiTa jam,

tat, tit, tAhata jam, tari |

takatit, tatahata jam, tari

tAhata || jam,

tatahata jam,

(after 2 aksharAs)

tat, tit, tit, tA | ; takatiku kıTatakatarıkıTatom ; ,

tat, tit, || tA ; tA kıTatakatarıkıTatom ; ,

tit, tA | ; kıTatakatarıkıTatom ; ,

tA ; tarıkıTatom ; , ||

23. தாளம்: ஆதி கலை: 1 ஆவர்தனம்: 4 (கோபுச யதி)

தத், தித், தாஹத ஜம், தரி தரிகிட । ஜம்,

தகதித், ததஹத ஜம், தரி தரி ॥ கிட ஜம்,

தத், தித், தாஹத ஜம், தரி ।

தகதித், ததஹத ஜம், தரி

தாஹத ॥ ஜம்,

ததஹத ஜம்,

(2 அட்சரம் தள்ளி)

தத், தித், தித், தா । ; தகதிகு கிடதககதரிகிடதொம்; ,

தத், தித், ॥ தா; தா கிடதககதரிகிடதொம்; ,

தித், தா । ; கிடதககதரிகிடதொம்; ,

தா; தரிகிடதொம்; , ॥

24. tALam: Adi kalai: 1 Avartanam: 6 (kOpuca yati)

tat, tit, takajam, takumtarikiTataka | tAm ; tAm ; takumtarikiTataka ||

takatit, takajam, takumtarikiTataka | tai ; , tai ; , takumtarikiTataka ||

tat, tit, takajam, takumtarikiTataka | tAm ;

takatit, takajam, takumtari || kiTataka tai ; ,

tat, tit, takajam, | takumtarikiTataka

takatit, takajam, || takumtarikiTataka

(after 2 aksharAs)

tat, tit, tA kıTataka | tarıkıTatom ; , ; ;

tit, tA kıTatakatarıkıTa || tom ; , ; ;

tA kıTatakatarıkıTatom ; , ; | ;

kıTatakatarıkıTatom ; , ; ;

tarıkıTatom ; , ||

24. தாளம்: ஆதி   கலை: 1   ஆவர்தனம்: 6 (கோபுச யதி)

தத், தித், தகஜம், தகும்தரிகிடதக | தாம்; தாம்; தகும்தரிகிடதக ||
தகதித், தகஜம், தகும்தரிகிடதக | தை; , தை; , தகும்தரிகிடதக ||

தத், தித், தகஜம், தகும்தரிகிடதக | தாம்;
தகதித், தகஜம், தகும்தரி || கிடதக தை; ,

தத், தித், தகஜம், | தகும்தரிகிடதக
தகதித், தகஜம், || தகும்தரிகிடதக

(2 அட்சரம் தள்ளி)

தத், தித், தா கிடதக | தரிகிடதொம்; , ; ;
தித், தா கிடதகதரிகிட || தொம்; , ; ;
தா கிடதகதரிகிடதொம்; , ; | ;
கிடதகதரிகிடதொம்; , ; ;
தரிகிடதொம்; , ||

25.   tALam: Adi   kalai: 1   Avartanam: 6 (kOpuca yati)

tat, tadIgu takatadIgu tadIgu | tadIgu tA tadIgu tai, tarıkıTatom ; , ||

takatadIgu nakatadIgu tadIgu | tadIgu tA tadIgu tai, tarıkıTatom ; , ||

tat, tadIgu tadIgu tA tarıkıTatom ; , |

takatadIgu tadIgu tai, tarıkıTatom ; , ||

tat, tadIgu taka takatadIgu taka |

nakatadIgu taka kıTatakatıt, dIgu taka ||

tat, tadIgu takatadIgu nakata d|Igu takatiku kıTatakatarıkıTatom ; , ;

tat, || tadIgu takatadIgu tA kıTatakatarıkıTa | tom ; , ;

tat, tadIgu kıTatakatarıkıTatom ; , ||

25. தாளம்: ஆதி கலை: 1 ஆவர்தனம்: 6 (கோபுச யதி)

தத், தடீங்கு தகதடீங்கு தடீங்கு । தடீங்கு தா தடீங்கு தை, தரிகிடதொம்; , ॥

தகதடீங்கு நகதடீங்கு தடீங்கு । தடீங்கு தா தடீங்கு தை, தரிகிடதொம்; , ॥

தத், தடீங்கு தடீங்கு தா தரிகிடதொம்; , ।
தகதடீங்கு தடீங்கு தை, தரிகிடதொம்; , ॥

தத், தடீங்கு தக தகதடீங்கு தக ।
நகதடீங்கு தக கிடதகதித், டீங்கு தக ॥

தத், தடீங்கு தகதடீங்கு நகதடீ । ங்கு தகதிகு கிடதகதரிகிடதொம்; , ;

தத், ॥ தடீங்கு தகதடீங்கு தா கிடதகதரிகிட | தொம்; , ;

தத், தடீங்கு கிடதகதரிகிடதொம்; , ॥

26.   tALam: Adi   kalai: 1   Avartanam: 4 (vishama yati)

tAhata jam, tari - jam, tari jakatari |

jam, tari tA - jakatari tai,

jam, tari || tA jam, tari jakatari

jakatari tai, | janajana kukumtari

jam, tari jakatari || tA – janajana kukumtari tai,

(after 3 aksharAs)

<u>tarıkıTatom ; ,</u> | <u>kıTatakatarıkıTatom ; , ;</u>

<u>kıTatakatarıkıTatom ; ,</u> tarıkıTa || tom ; , <u>kıTatakatarıkıTatom ; , ;</u>

<u>kıTatakatarıkıTatom ; ,</u> | <u>kıTatakatarıkıTatom ; ,</u> takatiku <u>kıTatakatarıkıTatom ; , ||</u>

26. தாளம்: ஆதி கலை: 1 ஆவர்தனம்: 4 (விஷம யதி)

தாஹத ஜம், தரி - ஜம், தரி ஜகதரி ।

ஜம், தரி தா - ஜகதரி தை,

ஜம், தரி ॥ தா ஜம், தரி ஜகதரி

ஜகதரி தை, । ஜனஜன குகும்தரி

ஜம், தரி ஜகதரி ॥ தா - ஜனஜன குகும்தரி தை,

(3 அட்சரம் தள்ளி)

தரிகிடதொம்; , । கிடதககதரிகிடதொம்; , ;

கிடதககதரிகிடதொம்; , தரிகிட || தொம்; , கிடதககதரிகிடதொம்; , ;

கிடதககதரிகிடதொம்; , । கிடதககதரிகிடதொம்; , தககிகு கிடதககதரிகிடதொம்; , ॥

27. tALam: Adi kalai: 1 Avartanam: 8 (vishama yati)

gugutana kiTataka ta, jam, tarikiTa | gugutana tajam, tanam, tarum, gatIm ||

gugutana ta, jam ; , tA ; ; | gugutana ta, jam, gugutana kiTataka ||

gugutana kiTataka ta, jam, tarikiTa | gugutana tajam, tanam, tarum, gatIm ||

gugutana ta, jam ; , tA ; ; | gugutana ta, jam, gugutana kiTataka ||

gugutana ta, jam ; , tajam, tanam, | gugutana ta, jam, gugutana kiTataka ||

gugutana ta, jam ; , tajam, tanam, | gugutana ta, jam, gugutana kiTataka ||

gugutanakiTa takatiku kıTatakatarıkıTatom ; , | ;

gugutanakiTa tA kıTatakatarıkıTatom ; , || kıTatakatarıkıTatom ; , ;

gugutanakiTa taka | tiku kıTatakatarıkıTatom ; , tA kıTatakatarıkıTatom ; , ||

27. தாளம்: ஆதி கலை: 1 ஆவர்தனம்: 8 (விஷம யதி)

குகுதன கிடதக தஜ், ஜம், தரிகிட । குகுதன தஜம், தனம், தரும், கதீம் ॥
குகுதன தஜ், ஜம்; , தா; ; । குகுதன தஜ், ஜம், குகுதன கிடதக ॥
குகுதன கிடதக தஜ், ஜம், தரிகிட । குகுதன தஜம், தனம், தரும், கதீம் ॥
குகுதன தஜ், ஜம்; , தா; ; । குகுதன தஜ், ஜம், குகுதன கிடதக ॥

குகுதன தஜ், ஜம்; , தஜம், தனம், । குகுதன தஜ், ஜம், குகுதன கிடதக ॥
குகுதன தஜ், ஜம்; , தஜம், தனம், । குகுதன தஜ், ஜம், குகுதன கிடதக ॥

குகுதனகிட தகதிகு கிடதகதரிகிடதொம்; , । ;
குகுதனகிட தா கிடதகதரிகிடதொம்; , ॥ கிடதகதரிகிடதொம்; , ;
குகுதனகிட தக । திகு கிடதகதரிகிடதொம்; , தா கிடதகதரிகிடதொம்; , ॥

Adi tALam – 2 kalai jatis

28. tALam: Adi   kalai: 2   Avartanam: 3

tat, tari, ta, jam, tari, ta, jam, tatajam, tarita tanata jonuta timita |

taka tari, ta, jam, tari, ta, jam, tatajam, tarita tanata jonuta timita ||

tat, tari, ta, jam, tarita – taka tari, ta, jam, tarita

(after 3 aksharAs)

tat, tari, ta, jam | , tari takatari, ta, jam,

(ta, ti, gi, Na, tom ta, ti, gi, Na, tom) **tisra nadai** ; ;

tat, tari, || ta, jam, tari takatari, ta, jam,

(ta, ti, gi, Na, tom ta, ti, gi, Na, tom) **tisra nadai** ; ; |

tat, tari, ta, jam, tari takatari, ta, jam,

(ta, ti, gi, Na, tom ta, ti, gi, Na, tom) **tisra nadai** ||

ஆதி தாளம் - 2 கலை ஜதிகள்

28. தாளம்: ஆதி கலை: 2 ஆவர்தனம்: 3

தத், தரி, தஜ், ஜம், தரி, தஜ், ஜம், ததஜம், தரித தனத ஜொனுத திமித ।

தக தரி, தஜ், ஜம், தரி, தஜ், ஜம், ததஜம், தரித தனத ஜொனுத திமித ॥

தத், தரி, தஜ், ஜம், தரித - தக தரி, தஜ், ஜம், தரித

(3 அட்சரம் தள்ளி)

தத், தரி, தஜ், ஜம் । , தரி தகதரி, தஜ், ஜம்,

(த, திங், கி, ண, தொம் த, திங், கி, ண, தொம்) திஸ்ர நடை ; ;

தத், தரி ॥ , தஜ், ஜம், தரி தகதரி, தஜ், ஜம்,

(த, திங், கி, ண, தொம் த, திங், கி, ண, தொம்) திஸ்ர நடை ; ; ।

தத், தரி, தஜ், ஜம், தரி தகதரி, தஜ், ஜம்,

(த, திங், கி, ண, தொம் த, திங், கி, ண, தொம்) திஸ்ர நடை ॥

29. tALam: Adi kalai: 2 Avartanam: 3

ta, tari takajam ; , tari takajam ; , takajam ; , takumtarikiTataka |

taka tari takajam ; , tari takajam ; , takajam ; , takumtarikiTataka ||

ta, tari takajam ; , tari takajam, takumtari kiTataka

taka tari takajam, | ; tari takajam, takumtari kiTataka

ta, tari takajam, takumtari kiTataka ||

 taka tari takajam, takumtari kiTataka

(after 2 aksharAs)

jam ; , ta, ti, gi, Na, tom,

taka | jam ; , ta, ti, gi, Na, tom,

takanaka jam ; , ta, ti, gi, Na, tom, ||

29. தாளம்: ஆதி கலை: 2 ஆவர்தனம்: 3

தத், தரி தகஜம்; , தரி தகஜம்; , தகஜம்; , தகும்தரிகிடதக ।
தகதரி தகஜம்; , தரி தகஜம்; , தகஜம்; , தகும்தரிகிடதக ॥

தத், தரி தகஜம்; , தரி தகஜம், தகும்தரிகிடதக
தக தரி தகஜம், । ; தரி தகஜம், தகும்தரிகிடதக

தத், தரி தகஜம், தகும்தரிகிடதக ॥
தக தரி தகஜம், தகும்தரிகிடதக

(2 அட்சரம் தள்ளி)

ஜம்; , த, திங், கி, ண, தொம்,
தக । ஜம்; , த, திங், கி, ண, தொம்,
தகநக ஜம்; , த, திங், கி, ண, தொம், ॥

30.   tALam: Adi   kalai: 2   Avartanam: 4

(tAm tatari tAm tatana tAmtari kiTataka tajonu takiTataka

tAm titAm ta | tari tAm titAm takatatari tAm titAm

kıTatakatarıkıTatom, kıTatakatarıkıTatom, kıTatakatarıkıTatom, ||) x2

tAm tatari tAm tatana tAmtari kiTataka tAm titAm titAm kıTatakatarıkıTatom ; , |

tAm tatari tAm tatana tAmtari kiTataka tAm titAm titAm kıTatakatarıkıTatom ; , ||

tAm tatari tAmtari tatana kıTatakatarıkıTatom ; , ;

tAm tatari tAmtari tatana | tA kıTatakatarıkıTatom ; , ;

tAm tatari tAmtari tatana takatiku kıTatakatarıkıTatom ; , ||

30. தாளம்: ஆதி கலை: 2 ஆவர்தனம்: 4

(தாம் ததரி தாம் ததன தாம்தரி கிடதக தஜொனு தகிடதக

தாம் திதாம் த । தரி தாம் திதாம் தகததரி தாம் திதாம்

கிடதகதரிகிடதொம், கிடதகதரிகிடதொம், கிடதகதரிகிடதொம், ॥) x2

தாம் ததரி தாம் ததன தாம்தரி கிடதக தாம் திதாம் திதாம் கிடதகதரிகிடதொம்; , ।

தாம் ததரி தாம் ததன தாம்தரி கிடதக தாம் திதாம் திதாம் கிடதகதரிகிடதொம்; , ॥

தாம் ததரி தாம்தரி ததன கிடதகதரிகிடதொம்; , ;

தாம் ததரி தாம்தரி ததன । தா கிடதகதரிகிடதொம்; , ;

தாம் ததரி தாம்தரி ததன தககிகு கிடதகதரிகிடதொம்; , ॥

31.   tALam: Adi   kalai: 2   Avartanam: 5

(tAku jam, tajam, jEku nam, tajam, tAku jam, tatA ; , jam, tatA |

tataku jam, tatai ; ; jam, tatai, tAku jam, tari tataku jam, tari $\overline{\text{kiTataka}}$ ||) x2

tAku jam, tatA tAku jam, tajam, - tataku jam, tatA tataku jam, tajam, |

tAku jam, tatA – tataku jam, tatai,

(after 6 aksharAs)

tAku jam, tari tataku jam, tari jaka || tari janajana kukumtari

$\overline{\text{kiTatakatarikiTatom}}$; , takatiku $\overline{\text{kiTatakatarikiTatom}}$; , $\overline{\text{kiTatakatarikiTatom}}$; , |

tAku jam, tari tataku jam, tari jakatari janajana kukumtari

$\overline{\text{kiTatakatarikiTatom}}$; , || takatiku $\overline{\text{kiTatakatarikiTatom}}$; , $\overline{\text{kiTatakatarikiTatom}}$; ,

tAku jam, tari tataku jam, tari jaka | tari janajana kukumtari

$\overline{\text{kiTatakatarikiTatom}}$; , takatiku $\overline{\text{kiTatakatarikiTatom}}$; , $\overline{\text{kiTatakatarikiTatom}}$; , ||

31. தாளம்: ஆதி கலை: 2 ஆவர்தனம்: 5

(தாகு ஜம், தஜம், ஜேகு நம், தஜம், தாகு ஜம், ததா; , ஜம், ததா ।

ததகு ஜம், ததை; ; ஜம், ததை, தாகு ஜம், தரி ததகு ஜம், தரி கிடதக ॥) x2

தாகு ஜம், ததா தாகு ஜம், தஜம், - ததகு ஜம், ததா ததகு ஜம், தஜம், ।

தாகு ஜம், ததா - ததகு ஜம், ததை,

(6 அட்சரம் தள்ளி)

தாகு ஜம், தரி ததகு ஜம், தரி ஜக ॥ தரி ஜனஜன குகும்தரி

கிடதகதரிகிடதொம்; , தகதிகு கிடதகதரிகிடதொம்; , கிடதகதரிகிடதொம்; , ।

தாகு ஜம், தரி ததகு ஜம், தரி ஜகதரி ஜனஜன குகும்தரி

கிடதகதரிகிடதொம்; , ॥ தகதிகு கிடதகதரிகிடதொம்; , கிடதகதரிகிடதொம்; ,

தாகு ஜம், தரி ததகு ஜம், தரி ஜக । தரி ஜனஜன குகும்தரி

கிடதகதரிகிடதொம்; , தகதிகு கிடதகதரிகிடதொம்; , கிடதகதரிகிடதொம்; , ॥

32. tALam: Adi kalai: 2 Avartanam: 5

tInuta tat, timi tAhata jam, tari ta ; ti ; gi ; Na ; tA, ta | jam ; tajam ; takatiku

tatigiNatom taka tatigiNatom takatiku tatigiNatom ||

tatinuta tat, timi tAhata jam, tari ta ; ti ; gi ; Na ; tA, ta | jam ; tajam ; takatiku

tatigiNatom taka tatigiNatom takatiku tatigiNatom ||

tInuta tat, timi tAhata jam, tari ; ta, ti, gi, Na, tom,

tatinuta | tat, timi tatahata jam, tari ; ta, ti, gi, Na, tom,

tInuta tat, timi || tAhata jam, tari – tatinuta tat, timi tatahata jam, tari

(after 3 aksharAs)

tInuta tat, timi | tInu tinuta tatinu tinuta tatigiNatom, kıTatakatarıkıTatom ; , ; ;

tInuta || tat, timi tInu tinuta tatinu tinuta tatigiNatom, kıTatakatarıkıTatom ; , ; ; |

tInuta tat, timi tInu tinuta tatinu tinuta tatigiNatom, kıTatakatarıkıTatom ; , ||

32. தாளம்: ஆதி கலை: 2 ஆவர்தனம்: 5

தீனுத தத், திமி தாஹதஜம், தரி த; தி; கி; ண; தா, த । ஜம்; தஜம்; தகதிகு
ததிகிணதொம் தக ததிகிணதொம் தகதிகு ததிகிணதொம் ॥
ததினுத தத், திமி தாஹதஜம், தரி த; தி; கி; ண; தா, த । ஜம்; தஜம்; தகதிகு
ததிகிணதொம் தக ததிகிணதொம் தகதிகு ததிகிணதொம் ॥

தீனுத தத், திமி தாஹதஜம், தரி; த, தி, கி, ண, தொம்,
ததினுத । தத், திமி தததஹதஜம், தரி; த, தி, கி, ண, தொம்,

தீனுத தத், திமி ॥ தாஹத ஜம், தரி - ததினுத தத், திமி தததஹதஜம், தரி

(3 அட்சரம் தள்ளி)

தீனுத தத், திமி । தீனு தினுத ததினு தினுத ததிகிணதொம், கிடதகதரிகிடதொம்; , ; ;
தீனுத ॥ தத், திமி தீனு தினுத ததினு தினுத ததிகிணதொம், கிடதகதரிகிடதொம்; , ; ; ।
தீனுத தத், திமி தீனு தினுத ததினு தினுத ததிகிணதொம், கிடதகதரிகிடதொம்; , ॥

33.   tALam: Adi   kalai: 2   Avartanam: 5

tat, ta, ri, ta, na, tA ; - ta, na, jo, nu, tA ; - ti, mi, tA | ;

ta, ri, ta, ta, na, - ta, na, ta, jo, nu, - jo, nu, ta, ti, mi, ||

takata, ri, ta, na, tA ; - ta, na, jo, nu, tA ; - ti, mi, tA | ;

ta, ri, ta, ta, na, - ta, na, ta, jo, nu, - jo, nu, ta, ti, mi, ||

tat, ta, ri, ta, na, tA ; - ta, ri, ta, ta, na, - ta, ri, ta, na, |

takata, ri, ta, na, tai ; , - ta, na, ta, jo, nu, - jo, nu, ti, mi, ||

tat, ta, ri, ta, na, tA; - takata, ri, ta, na, tai ; ,

(after 3 ½ aksharAs)

tat, ta, | ri, ta, na, - ta, ri, ta, na, - taritana ta, ti, gi, Na, tom,   ;

tat, || ta, ri, ta, na, - ta, ri, ta, na, - taritana ta, ti, gi, Na, tom,   ; |

tat, ta, ri, ta, na, - ta, ri, ta, na, - taritana ta, ti, gi, Na, tom, ||

33. தாளம்: ஆதி கலை: 2 ஆவர்தனம்: 5

தத், த, ரி, த, ன, தா; - த, ன, ஜொ, னு, தா; - தி, மி, தா । ;
த, ரி, த, த, ன, - த, ன, த, ஜொ, னு, - ஜொ, னு, த, தி, மி, ॥

தகத, ரி, த, ன, தா; - த, ன, ஜொ, னு, தா; - தி, மி, தா । ;
த, ரி, த, த, ன, - த, ன, த, ஜொ, னு, - ஜொ, னு, த, தி, மி, ॥

தத், த, ரி, த, ன, தா; - த, ரி, த, த, ன, - த, ரி, த, ன, ।
தகத, ரி, த, ன, தை; , - த, ன, த, ஜொ, னு, - ஜொ, னு, தி, மி, ॥

தத், த, ரி, த, ன, தா; - தகத, ரி, த, ன, தை; ,

(3 1/2 அட்சரம் தள்ளி)

தத், த, । ரி, த, ன, - த, ரி, த, ன, - தரிதன த, திங், கி, ண, தொம், ;
தத், ॥ த, ரி, த, ன, - த, ரி, த, ன, - தரிதன த, திங், கி, ண, தொம், ; ।
தத், த, ரி, த, ன, - த, ரி, த, ன, - தரிதன த, திங், கி, ண, தொம், ॥

34. tALam: Adi   kalai: 2   Avartanam: 5

(tat, tadEku taka tat, tarikiTataka tat, ta, jam ; , taka ta, jam ; , |
taka tadEku taka takatarikiTataka – ta, jam, tA, tajam, tA, tarıkıTatom, ||) x2

tat, tadEku taka tat, tari kiTataka tat, ta, jam ; tajam, tA, tarıkıTatom, |

taka tadEku taka takatari kiTataka tat, ta, jam ; tajam, tA, tarıkıTatom, ||

tat, tadEku taka tat, ta, jam ; , - taka tadEku taka takata, jam ; , |

(after 4 aksharAs)

tat, tadEku taka tadEkujam, tadEkunam,

tatIgiNatom

tat, tadEku || taka tadEkujam, tadEkunam,

tatIgiNatom tatIgiNatom

tat, tadEku | taka tadEkujam, tadEkunam,

tatIgiNatom tatIgiNatom tatIgiNatom ||

34. தாளம்: ஆதி   கலை: 2   ஆவர்தனம்: 5

(தத், தடேகு தக தத், தரிகிடதக தத், தஜ், ஜம்; , தகதஜ், ஜம்; , |

தகதடேகு தக தகதரிகிடதக - தஜ், ஜம், தா, தஜம், தா, தரிகிடதொம், ||) x2

தத், தடேகு தக தத், தரிகிடதக தத், தஜ், ஜம்; தஜம், தா, தரிகிடதொம், |

தகதடேகு தக தகதரிகிடதக தத், தஜ், ஜம்; தஜம், தா, தரிகிடதொம், ||

தத், தடேகு தக தத், தஜ், ஜம்; , - தக தடேகு தக தகதஜ், ஜம்; , |

(4 அட்சரம் தள்ளி)

தத், தடேகு தக தடேகுஜம், தடேகுநம்,
ததீங்கிணதொம்

தத், தடேகு || தக தடேகுஜம், தடேகுநம்,
ததீங்கிணதொம் ததீங்கிணதொம்

தத், தடேகு | தக தடேகுஜம், தடேகுநம்,
ததீங்கிணதொம் ததீங்கிணதொம் ததீங்கிணதொம் ||

35.   tALam: Adi   kalai: 2   Avartanam: 5

(ta, jonu tatAm timitatAm timitaka timinaka kukumtatAm, taka kukumta t|Am, takatiku kukumtatAm, kukumtatAm, takumtatAm, kukumtarikiTataka ||) x2

ta, jonu tatAm timitatAm timitaka kukumtatAm takumtatAm takumtarikiTa |
takajonu tatAm timitatAm timitaka kukumtatAm takumtatAm takumtarikiTa ||

ta, jonu tatAm timita takumtarikiTa – takajonu tatai, timita kukumtarikiTa |

(after 4 aksharAs)

ta, jonu kukumtatAm takumtatai,

tarıkıTatom; , tarıkıTatom; , kıTatakatarıkıTatom; ,

ta, jonu || kukumtatAm takumtatai,

tarıkıTatom; , kıTatakatarıkıTatom; , tA kıTatakatarıkıTatom; ,

ta, jonu | kukumtatAm takumtatai,

tarıkıTatom; , tA kıTatakatarıkıTatom; , takatiku kıTatakatarıkıTatom; , ||

35. தாளம்: ஆதி   கலை: 2   ஆவர்தனம்: 5

(தஜ், ஜொனு ததாம் திமிததாம் திமிதக திமிநக குகும்ததாம், தக குகும்ததா | ம்,
தகதிகு குகும்ததாம், குகும்ததாம், தகும்ததாம், குகும்தரிகிடதக ‖) x2

தஜ், ஜொனு ததாம் திமிததாம் திமிதக குகும்ததாம் தகும்ததாம் தகும்தரிகிட |
தகஜொனு ததாம் திமிததாம் திமிதக குகும்ததாம் தகும்ததாம் தகும்தரிகிட ‖

தஜ், ஜொனு ததாம் திமித தகும்தரிகிட - தகஜொனு ததை, திமித குகும்தரிகிட |

(4 அட்சரம் தள்ளி)
தஜ், ஜொனு குகும்ததாம் தகும்ததை,
தரிகிடதொம்;, தரிகிடதொம்;, கிடதகதரிகிடதொம்;,
தஜ், ஜொனு ‖ குகும்ததாம் தகும்ததை,
தரிகிடதொம்;, கிடதகதரிகிடதொம்;, தா கிடதகதரிகிடதொம்;,
தஜ், ஜொனு | குகும்ததாம் தகும்ததை,
தரிகிடதொம்;, தா கிடதகதரிகிடதொம்;, தகதிகு கிடதகதரிகிடதொம்;, ‖

36. tALam: Adi   kalai: 2   Avartanam: 5

(gum, tA, kukumtari kukumtai ; takumtari kukumtarita takumtarita
gum, gum, | tarita ta, kum, tarita gu, gum, ta, ri, - ta, kum, ta, ri, takumtarikiTa ||) x2

gum, tA, kukumtA, kukumtari takumtari gu, gum, ta, ri, kukumtaritA |
gum, tA, kukumtA, kukumtari takumtari gu, gum, ta, ri, kukumtaritai, ||

gum, tA, kukumtA, kukumtaritA – gum, tA, takumtA, takumtaritai, |

(after 4 aksharAs)
gum, tA kukumtA kukumtari kiTataka
tisra nadai (giNatom giNatom giNatom)
gum, tA || kukumtA kukumtari kiTataka
tisra nadai (tigiNatom tigiNatom tigiNatom)
gum, tA | kukumtA kukumtari kiTataka
tisra nadai (tatigiNatom tatigiNatom tatigiNatom) ||

36. தாளம்: ஆதி கலை: 2 ஆவர்தனம்: 5

(கும், தா, குகும்தரி குகும்தை; தகும்தரி குகும்தரித தகும்தரித கும், கும், ।

தரித த, கும், தரித கு, கும், த, ரி, - த, கும், த, ரி, தகும்தரிகிட ॥) x2

கும், தா, குகும்தா, குகும்தரி தகும்தரி கு, கும், த, ரி, குகும்தரிதா ।
கும், தா, குகும்தா, குகும்தரி தகும்தரி கு, கும், த, ரி, குகும்தரிதை, ॥

கும், தா, குகும்தா, குகும்தரிதா - கும், தா, தகும்தா, தகும்தரிதை, ।

(4 அட்சரம் தள்ளி)

கும், தா குகும்தா குகும்தரி கிடதக

திஸ்ர நடை (கிணதொம் கிணதொம் கிணதொம்)

கும், தா ॥ குகும்தா குகும்தரி கிடதக

திஸ்ர நடை (திகிணதொம் திகிணதொம் திகிணதொம்)

கும், தா । குகும்தா குகும்தரி கிடதக

திஸ்ரநடை (ததிகிணதொம் ததிகிணதொம் ததிகிணதொம்) ॥

37. tALam: Adi kalai: 2 Avartanam: 5

(tırıgudu tat, tom, ga; , takatom, ga; , takatikutom, ga; , tom, tat, | tA tom, tat, tai,

tatIgiNatom taka tatIgiNatom takatiku tatIgiNatom ||) x2

tırıgudu tat, tom, ga, takatom, ga, tom, tat, tA tom, tat, tai, tatIgiNatom |

tırıgudu tat, tom, ga, takatom, ga, tom, tat, tA tom, tat, tai, tatIgiNatom ||

tırıgudu tat, tom, ga, taka tırıgudu tat, tA - tırıgudu tat, tom, ga, taka tırıgudu tat, tai, |

(after 4 aksharAs)

tırıgudu tat, tom, ga, takatom, ga, takatiku tom, ga, tatIgiNatom ; ,

tırı || gudu tat, tom, ga, takatom, ga, takatiku tom, ga, taka tatIgiNatom ; , |

tırıgudu tat, tom, ga, takatom, ga, takatiku tom, ga, takatiku tatIgiNatom ||

37. தாளம்: ஆதி கலை: 2 ஆவர்தனம்: 5

(திரிகுடு தத், தொம், க; , தகதொம், க; , தகதிகுதொம், க; , தொம், தத், | தா

தொம், தத், தை, ததீங்கிணதொம் தக ததீங்கிணதொம் தகதிகு ததீங்கிணதொம் ‖) x2

திரிகுடு தத், தொம், க, தகதொம், க, தொம், தத், தா தொம், தத், தை, ததீங்கிணதொம் |

திரிகுடு தத், தொம், க, தகதொம், க, தொம், தத், தா தொம், தத், தை, ததீங்கிணதொம் ‖

திரிகுடு தத், தொம், க, தகதிரிகுடு தத், தா திரிகுடு தத், தொம், க, தகதிரிகுடு தத், தை, |

(4 அட்சரம் தள்ளி)

திரிகுடு தத், தொம், க, தகதொம், க, தகதிகு தொம், க, ததீங்கிணதொம் ; ,

திரி‖குடு தத், தொம், க, தகதொம், க, தகதிகு தொம், க, தக ததீங்கிணதொம் ; , |

திரிகுடு தத், தொம், க, தகதொம், க, தகதிகு தொம், க, தகதிகு ததீங்கிணதொம் ‖

38.   tALam: Adi   kalai: 2   Avartanam: 5

(tatanata jEmtari jEmtari jakatari jam, tari tA ; ; (ti ti tai,) jakatari tai, | ; ; (ti ti tai,)

janajana tA ; ; (ti ti tai,) kukumtari tai, ; ; (ti ti tai,) takumtari kiTataka ||) x2

tatanata jEmtari jEmtari jakatari jam, taritA jakataritai, takumtari |

tatanata jEmtari jEmtari jakatari jam, taritA jakataritai, kukumtari ||

tatanata jEmtari jEmtari jakatari – jEmtari jakatari janajana kukumtari |

(after 4 aksharAs)

tatanata jEmtari tarıkıTatom ; ,

tatIgiNatom kıTatakatarıkıTatom ; ,

tatanata jEmtari || jEmtari jakatari tarıkıTatom ; ,

tatIgiNatom kıTatakatarıkıTatom ; ,

tatanata jEmtari | jEmtari jakatari janajana kukumtari tarıkıTatom ; ,

tatIgiNatom kıTatakatarıkıTatom ; , ||

38. தாளம்: ஆதி கலை: 2 ஆவர்தனம்: 5

[ததனத ஜேம்தரி ஜேம்தரி ஜகதரி ஜம், தரி தா ; ; (தித்தித்தை,) ஜகதரி தை, । ; ;
(தித்தித்தை,) ஜனஜன தா ; ; (தித்தித்தை,) குகும்தரி தை, ; ; (தித்தித்தை,)
தகும்தரி கிடதக ॥] x2

ததனத ஜேம்தரி ஜேம்தரி ஜகதரி ஜம், தரிதா ஜகதரிதை, தகும்தரி ।
ததனத ஜேம்தரி ஜேம்தரி ஜகதரி ஜம், தரிதா ஜகதரிதை, குகும்தரி ॥
ததனத ஜேம்தரி ஜேம்தரி ஜகதரி - ஜேம்தரி ஜகதரி ஜனஜன குகும்தரி ।

(4 அட்சரம் தள்ளி)

ததனத ஜேம்தரி தரிகிடதொம்; ,
ததீங்கிணதொம் கிடதகதரிகிடதொம்; ,
ததனத ஜேம்தரி ॥ ஜேம்தரி ஜகதரி தரிகிடதொம்; ,
தததீங்கிணதொம் கிடதகதரிகிடதொம்; ,
ததனத ஜேம்தரி । ஜேம்தரி ஜகதரி ஜனஜன குகும்தரி தரிகிடதொம்; ,
தததீங்கிணதொம் கிடதகதரிகிடதொம்; , ॥

39.   **tALam: Adi**   **kalai: 2**   **Avartanam: 5**

(tat, tit, tA takanaka jam ; , tit, tA takanaka jam ; , tA takanaka | jam ; ,

takajam, tari ; takanam, tari ; takarum, tari ; kiTataka ||) x2

tat, tit, tA takanaka jam ; , taka jam, tari jakatari janajana kukumtari |

takatit, tA takanaka jam ; , taka jam, tari jakatari janajana kukumtari ||

tat, tit, tA takanaka jam, tari ; - takatit, tA takanaka jam, tari ; |

(after 4 aksharAs)

takanaka jam ; , ta, jam, tarıkıTatom ; , kıTatakatarıkıTatom ; ,

takanaka jam ; , ta, || jam, tarıkıTatom ; , kıTatakatarıkıTatom ; ,

tarıkıTatom ; , kıTatakatarıkıTatom ; ,

takanaka jam ; , ta, | jam, tarıkıTatom ; , kıTatakatarıkıTatom ; ,

tarıkıTatom ; , kıTatakatarıkıTatom ; , tarıkıTatom ; , kıTatakatarıkıTatom ; , ||

39. தாளம்: ஆதி   கலை: 2   ஆவர்தனம்: 5

தத், தித், தா தகநக ஜம்; , தக ஜம், தரி ஜகதரி ஜனஜன குகும்தரி ।
தகதித், தா தகநக ஜம்; , தக ஜம், தரி ஜகதரி ஜனஜன குகும்தரி ॥

தத், தித், தா தகநக ஜம், தரி; - தகதித், தா தகநக ஜம், தரி; ।

(4 அட்சரம் தள்ளி)

தகநக ஜம்; , த, ஜம், தரிகிடதொம்; , கிடதகதரிகிடதொம்; ,

தகநக ஜம்; , த, ॥ ஜம், தரிகிடதொம்; , கிடதகதரிகிடதொம்; ,
தரிகிடதொம்; , கிடதகதரிகிடதொம்; ,

தகநக ஜம்; , த, । ஜம், தரிகிடதொம்; , கிடதகதரிகிடதொம்; ,
தரிகிடதொம்; , கிடதகதரிகிடதொம்; , தரிகிடதொம்; , கிடதகதரிகிடதொம்; , ॥

40. tALam: Adi kalai: 2 Avartanam: 5

[tat, takanaka jam, tari jam, jam, taritaka nam, nam, taritaka jam, taritaka |

nam, taritaka (jam, taritA nam, taritai,) **tisra nadai** jam, tarita kıTatakatarıkıTatom, ||] x2

tat, takanaka jam, jam, taritaka jam, taritaka jam, jam, tA ;

taka taka | naka nam, nam, taritaka nam, taritaka nam, nam, tai ; ,

tat, takanaka jam, || jam, tA ; - taka takanaka jam, jam, tai ; ,

(after 2 ½ aksharAs)

tat, takanaka taka takanaka | ta, tI ; gi, Na, tom, tatIgiNatom kıTatakatarıkıTatom ; ,

tat, takanaka taka || takanaka ta, tI ; gi, Na, tom, tatIgiNatom kıTatakatarıkıTatom ; ,

tat, taka | naka taka takanaka ta, tI ; gi, Na, tom, tatIgiNatom kıTatakatarıkıTatom ; , ||

40. தாளம்: ஆதி கலை: 2 ஆவர்தனம்: 5

[தத், தகநக ஜம், தரி ஜம், ஜம், தரிதக நம், நம், தரிதக ஜம், தரிதக ।

நம், தரிதக (ஜம், தரிதா நம், தரிதை,) திஸ்ர நடை ஜம், தரித கிடதககதரிகிடதொம், ॥] x2

தத், தகநக ஜம், ஜம், தரிதக ஜம், தரிதக ஜம், ஜம், தா;

தகதக । நக நம், நம், தரிதக நம், தரிதக நம், நம், தை; ,

தத், தகநக ஜம், ॥ ஜம், தா; - தக தகநக ஜம், ஜம், தை; ,

(2 1/2 அட்சரம் தள்ளி)

தத், தகநக தக தகநக । த, தீங்; கி, ண, தொம், ததீங்கிணதொம் கிடதககதரிகிடதொம்; ,

தத், தகநக தக ॥ தகநக த, தீங்; கி, ண, தொம், ததீங்கிணதொம் கிடதககதரிகிடதொம்; ,

தத், தக । நக தக தகநக த, தீங்; கி, ண, தொம், ததீங்கிணதொம் கிடதககதரிகிடதொம்; , ॥

41. tALam: Adi kalai: 2 Avartanam: 6

(tAkuta nAkuta jEkuta rEkuta jam ; takiTa jam ; takatakiTa jam, |

tatakuta nAkuta jEkuta rEkuta jam ; takiTa jam ; takatakiTa jam, ||) x2

tAkuta nAkuta jam ; takiTa jam, tatakuta nAkuta jam ; takatakiTa |

tatakuta nAkuta jam ; takiTa jam, tAkuta nAkuta jam ; takatakiTa ||

tAkuta nAkuta jam ; , tatakuta nAkuta jam ; , ta, jam ; , tat, | ta, jam,

kıTatakatarıkıTatom ; , ; kıTatakatarıkıTatom ; , ; kıTatakatarıkıTatom ; ,

tAkuta nA || kuta jam ; , tatakuta nAkuta jam ; , ta, jam ; , tat, ta, jam,

tA | kıTatakatarıkıTatom ; , ; tA kıTatakatarıkıTatom ; , ;

tA kıTatakatarıkıTatom ; ,

tAkuta nA || kuta jam ; , tatakuta nAkuta jam ; , ta, jam ; , tat, ta, jam,

taka | tiku kıTatakatarıkıTatom ; , ; takatiku kıTatakatarıkıTatom ; , ;

takatiku kıTatakatarıkıTatom ; , ||

41. தாளம்: ஆதி கலை: 2 ஆவர்தனம்: 6

(தாகுத நாகுத ஜேகுத ரேகுத ஜம்; தகிட ஜம்; தகததகிட ஜம், ।
ததகுத நாகுத ஜேகுத ரேகுத ஜம்; தகிட ஜம்; தகததகிட ஜம், ॥) x2

தாகுத நாகுத ஜம்; தகிட ஜம், ததகுத நாகுத ஜம்; தகததகிட ।
ததகுத நாகுத ஜம்; தகிட ஜம், தாகுத நாகுத ஜம்; தகததகிட ॥

தாகுத நாகுத ஜம்; , ததகுத நாகுத ஜம்; , தஜ், ஜம்; , தத், । தஜ், ஜம்,
கிடதகதரிகிடதொம்; , ; கிடதகதரிகிடதொம்; , ; கிடதகதரிகிடதொம்; ,

தாகுத நா ॥ குத ஜம்; , ததகுத நாகுத ஜம்; , தஜ், ஜம்; , தத், தஜ், ஜம்,
தா ।கிடதகதரிகிடதொம்; , ; தா கிடதகதரிகிடதொம்; , ; தா கிடதகதரிகிடதொம்; ,

தா குத நா ॥ குத ஜம்; , ததகுத நாகுத ஜம்; , தஜ், ஜம்; , தத், தஜ், ஜம்,
தக । திகு கிடதகதரிகிடதொம்; , ; தகதிகு கிடதகதரிகிடதொம்; , ;
தகதிகு கிடதகதரிகிடதொம்; , ॥

42.   tALam: Adi   kalai: 2   Avartanam: 6

(jonu tatIm tarıkıTataka jonutimi timikiTa jo, nu, tA kıTataka ti, mi, tai, kıTataka |

jonuta timita tA timita jonuta tai, jonuta timita taka takumtarikiTataka ||) x2

jonu tatIm tarıkıTataka jonutimi timikiTa jonuta timita taka jo, nu, tA; |

jonu tatIm tarıkıTataka jonutimi timikiTa jonuta timita taka jo, nu, tai; , ||

jonu tatIm tarıkıTataka jo, nu, tA ; - jonu tatIm tarıkıTataka jo, nu, tai ; , |

jonu tatIm tarıkıTataka jonu jonu, tA , - jonu tatIm tarıkıTataka jonu jonu, tai ; ||

jonu tatIm tarıkıTataka jonu takajonu ta, tI ; gi, Na, tom ; ,

kıTatakatarıkıTa | tom ; , kıTatakatarıkıTatom ; ,   ; ;

jonu tatIm tarıkıTataka jonu takajonu ta, tI ; || gi, Na, tom ; ,

kıTatakatarıkıTatom ; , kıTatakatarıkıTatom ; ,   ; ;

jonu tatIm tarıkıTataka | jonu takajonu ta, tI ; gi, Na, tom ; ,

kıTatakatarıkıTatom ; , kıTatakatarıkıTatom ; , ||

42. தாளம்: ஆதி   கலை: 2   ஆவர்தனம்: 6

(ஜொனு ததீம் தரிகிடதக ஜொனுதிமி திமிகிட

ஜொ, னு, தா கிடதக தி, மி, தை, கிடதக ।

ஜொனுத திமித தா திமித ஜொனுத தை, ஜொனுத திமித தக தகும்தரிகிடதக ॥) x2

ஜொனு ததீம் தரிகிடதக ஜொனுதிமி திமிகிட ஜொனுத திமித தக ஜொ, னு, தா; ।

ஜொனு ததீம் தரிகிடதக ஜொனுதிமி திமிகிட ஜொனுத திமித தக ஜொ, னு, தை; , ॥

ஜொனு ததீம் தரிகிடதக ஜொ, னு, தா; ஜொனு ததீம் தரிகிடதக ஜொ, னு, தை; , ।

ஜொனு ததீம் தரிகிடதக ஜொனுஜொனு, தா,

ஜொனு ததீம் தரிகிடதக ஜொனுஜொனு, தை; ॥

ஜொனு ததீம் தரிகிடதக ஜொனு தகஜொனு த, தீங்; கி, ண, தொம்; ,

கிடதகதரிகிட । தொம்; , கிடதகதரிகிடதொம்; , ; ;

ஜொனு ததீம் தரிகிடதக ஜொனு தகஜொனு த, தீங்; ॥ கி, ண, தொம்; ,

கிடதகதரிகிடதொம்; , கிடதகதரிகிடதொம்; , ; ;

ஜொனு ததீம் தரிகிடதக । ஜொனு தகஜொனு த, தீங்; கி, ண, தொம்; ,

கிடதகதரிகிடதொம்; , கிடதகதரிகிடதொம்; , ॥

43.   tALam: Adi   kalai: 2   Avartanam: 6

(tom, tari ta, jam, tarıkıTataka ta, ri, ta, na, jo, nu, ti, mi, tari, tana | ,

jonu, timi, ta, jam, takiTa takajam, takiTa tikiTa tA kıTatakatarıkıTatom;, ||) x2

tom, tari ta, jam, tarıkıTataka taka tarita jam ; taka tanata nam ; takatatimi |

tokatari ta, jam, tarıkıTataka taka tarita jam ; taka tanata nam ; takatatimi ||

tom, tari ta, jam, tarıkıTataka takata jam, - tokatari taka jam, tarıkıTataka takata nam, |

tom, tari ta, jam, tarıkıTataka takata jam, - tokatari taka jam, tarıkıTataka takata nam, ||

tom, tari ta, jam, tarıkıTataka – tokatari takajam, tarıkıTataka

(after 2 ¾ aksharAs)

takatajam, takatanam, | takajam, takanam,

kıTatakatarıkıTatom, ; ,

takatajam, takatanam, takajam, taka || nam,

taka kıTatakatarıkıTatom, taka kıTatakatarıkıTatom, ; ,

takatajam, takatanam, takajam | , takanam,

 takatimi kıTatakatarıkıTatom, takatimi kıTatakatarıkıTatom,

takatimi kıTatakatarıkıTatom, ||

43. தாளம்: ஆதி கலை: 2 ஆவர்தனம்: 6

(தொம், தரி தஜ், ஜம், தரிகிடதக த, ரி, த, ன, ஜொ, னு, தி, மி, தரி, தன । ,

ஜொனு, திமி, தஜ், ஜம், தகிட தகஜம், தகிட திகிட தா கிடதகதரிகிடதொம்; , ॥) x2

தொம், தரி தஜ், ஜம், தரிகிடதக தகதரித ஜம்; தகதனத நம்; தகததிமி ।

தொகதரி தஜ், ஜம், தரிகிடதக தகதரித ஜம்; தகதனத நம்; தகததிமி ॥

தொம், தரி தஜ், ஜம், தரிகிடதக தகத ஜம், - தொகதரி தகஜம், தரிகிடதக தகத நம், ।

தொம், தரி தஜ், ஜம், தரிகிடதக தகத ஜம், - தொகதரி தகஜம், தரிகிடதக தகத நம், ॥

தொம், தரி தஜ், ஜம், தரிகிடதக - தொகதரி தகஜம், தரிகிடதக

(2 3/4 அட்சரம் தள்ளி)

தகத ஜம், தகத நம், । தகஜம், தகநம்,

கிடதகதரிகிடதொம், ; ,

தகத ஜம், தகத நம், தகஜம், தக ॥ நம்,

தக கிடதகதரிகிடதொம், தக கிடதகதரிகிடதொம், ; ,

தகத ஜம், தகத நம், தகஜம் । , தகநம்,

தகதிமி கிடதகதரிகிடதொம், தகதிமி கிடதகதரிகிடதொம்,

தகதிமி கிடதகதரிகிடதொம், ॥

44.   tALam: Adi   kalai: 2   Avartanam: 6

(tat, tari takajonu tari, ta, na, tatari ta ; ri ; ta ; na ; tata | ri tA,

tatana tA, tajonu tA, tatimi tA, takum, tari, kiTataka ||) x2

tat, tari takajonu tari, ta, na, tatari ta, ri, ta, na, jo, nu, tA |

taka tari takajonu tari, ta, na, tatari ta, ri, ta, na, jo, nu, tai, ||

tat, tari takajonu tatari tA ; , taka tari takajonu takum, tari, kiTa |

taka tari takajonu tatari tai ; ; taka tari takajonu takum, tari, kiTa ||

tat, tari takajam, takum, tari, kiTa - taka tari takajam, takum, tari, kiTa |

(after 4 aksharAs)

tat, tari takajam, takum, tari, kiTa - tAm tarıkıTatom ; , kıTatakatarıkıTatom ; ,

taka tari || takajam, takum, tari, kiTa - tit, tAm tarıkıTatom ; , tA kıTatakatarıkıTatom ; ,

tat, tari | takajam, takum, tari, kiTa - tat, tit, tAm tarıkıTatom ; ,

takatiku kıTatakatarıkıTatom ; , ||

44. தாளம்: ஆதி கலை: 2 ஆவர்தனம்: 6

(தத், தரி தகஜொனு தரி, த, ன, ததரி த; ரி; த; ன; தத । ரி தா,
ததன தா, தஜொனு தா, ததிமி தா, தகும், தரி, கிடதக ॥) x2

தத், தரி தகஜொனு தரி, த, ன, ததரி த, ரி, த, ன, ஜொ, னு, தா ।
தகதரி தகஜொனு தரி, த, ன, ததரி த, ரி, த, ன, ஜொ, னு, தை, ॥

தத், தரி தகஜொனு ததரி தா; , தகதரி தகஜொனு தகும், தரி, கிட ।
தகதரி தகஜொனு ததரி தை; ; தகதரி தகஜொனு தகும், தரி, கிட ॥
தத், தரி தகஜம், தகும், தரி, கிட - தகதரி தகஜம், தகும்,தரி, கிட ।

(4 அட்சரம் தள்ளி)

தத், தரி தகஜம், தகும், தரி, கிட- தாம் தரிகிடதொம்; , கிடதகதரிகிடதொம்; ,
தகதரி ॥ தகஜம், தகும், தரி, கிட- தித், தாம் தரிகிடதொம்; , தா கிடதகதரிகிடதொம்; ,
தத், தரி । தகஜம், தகும், தரி, கிட- தத், தித், தாம் தரிகிடதொம்; ,
தகதிகு கிடதகதரிகிடதொம்; , ॥

45. **tALam: Adi** **kalai: 2** **Avartanam: 6**

(tat, ta, ke, tin, tAhatajam, tari tAhatajam,- taritatana tanatajonu |

taritari tatana tanatana tajonu - taritaritari tatana tanatana tatigiNatom ||) x2

tat, ta, ke, tin, tAhatajam, tari - taritatana taritari tatana tA ; |

takata, ke, tin, tatahatajam, tari – tanatajonu tanatana tajonu tai; , ||

tat, ta, ke, tin, tAhatajam, tari – taritatana tA,

takata, ke, tin, | tatahatajam, tari - tanatajonu tai ;

tat, ta, ke, tin, tAhatajam, tari || takata, ke, tin, tatahatajam, tari

tAhata jam, tari – jam, tari jakatari |

(after 4 aksharAs)

tat, ta, ke, tin, takata, ke, tin, - ta, ke, tin, taka tatIgiNatom

tat, || ta, ke, tin, takata, ke, tin, - ta, ke, tin, takatiku tatIginatom

tat, | ta, ke, tin, takata, ke, tin, - ta, ke, tin, takatikutaka tatIginatom ||

45. தாளம்: ஆதி கலை: 2 ஆவர்தனம்: 6

(தத், தக், கெத், தின், தாஹத ஜம், தரி தாஹதஜம், தரிததன தனதஜொனு ।
தரிதரி ததன தனதன தஜொனு தரிதரிதரி ததன தனதன ததிகிணதொம் ॥) x2
தத், தக், கெத், தின், தாஹத ஜம், தரி - தரிததன தரிதரி ததன தா; ।
தகதக், கெத், தின், ததஹத ஜம், தரி - தனதஜொனு தனதன தஜொனு தை;, ॥

தத், தக், கெத், தின், தாஹத ஜம், தரி - தரிததன தா,
தகதக், கெத், தின், । ததஹத ஜம், தரி - தனதஜொனு தை;

தத், தக், கெத், தின், தாஹத ஜம், தரி ॥ தகதக், கெத், தின், ததஹத ஜம், தரி
தாஹத ஜம், தரி - ஜம், தரி ஜகதரி ।

(4 அட்சரம் தள்ளி)

தத், தக், கெத், தின், தகதக், கெத், தின், - தக், கெத், தின், தக ததீங்கிணதொம்
தத், ॥ தக், கெத், தின், தகதக், கெத், தின், - தக், கெத், தின், தகதிகு ததீங்கிணதொம்
தத், । தக், கெத், தின், தகதக், கெத், தின், -தக், கெத், தின், தகதிகுதக ததீங்கிணதொம் ॥

46.   **tALam: Adi**   **kalai: 2**   **Avartanam: 6**

(tIm, takiTa tatimi takiTataka jonuta timitataka tatimi takiTataka

jonu | ta takiTa jonu timita takiTa jonutimi timita takiTa

takatiku kıTatakatarıkıTatom ; , ||) x2

tIm, takiTa tatimi takiTataka jonuta timitataka takatiku kıTatakatarıkıTatom ; , |

tIm, takiTa tatimi takiTataka jonuta timitataka takatiku kıTatakatarıkıTatom ; , ||

tIm, takiTataka tA kıTatakatarıkıTatom ; , tajonu timitataka

tA kıTatakatarıkıTatom ; , |

tIm, takiTataka tA kıTatakatarıkıTatom ; , tajonu timitataka

tA kıTatakatarıkıTatom ; , ||

tIm, takiTa tatimi takiTa

tisra nadai (tatigiNatom tatigiNatom tatigiNatom) | ; ;

tIm, takiTa tatimi takiTa

tisra nadai (taka tatigiNatom taka tatigi || Natom taka tatigiNatom) ; ;

tIm, takiTa tatimi takiTa

tisra nadai (takati | ku tatigiNatom takatiku tatigiNatom takatiku tatigiNatom) ||

46. தாளம்: ஆதி கலை: 2 ஆவர்தனம்: 6

(தீம், தகிட ததிமி தகிடதக ஜொனுத திமிததக ததிமி தகிடதக

ஜொனு | த தகிட ஜொனு திமித தகிட ஜொனுதிமி திமித தகிட

தகதிகு கிடதகதரிகிடதொம்;, ॥) x2

தீம், தகிட ததிமி தகிடதக ஜொனுத திமிததக தகதிகு கிடதகதரிகிடதொம்;, |

தீம், தகிட ததிமி தகிடதக ஜொனுத திமிததக தகதிகு கிடதகதரிகிடதொம்;, ॥

தீம், தகிடதக தா கிடதகதரிகிடதொம்;, தஜொனு திமிததக தா கிடதகதரிகிடதொம்;, |

தீம், தகிடதக தா கிடதகதரிகிடதொம்;, தஜொனு திமிததக தா கிடதகதரிகிடதொம்;, ॥

தீம், தகிட ததிமி தகிட

திஸ்ர நடை (ததிகிணதொம் ததிகிணதொம் ததிகிணதொம்) | ; ;

தீம், தகிட ததிமி தகிட

திஸ்ர நடை (தக ததிகிணதொம் தக ததிகி ॥ ணதொம் தக ததிகிணதொம்) ; ;

தீம், தகிட ததிமி தகிட

திஸ்ர நடை (தகதி | கு ததிகிணதொம் தகதிகு ததிகிணதொம் தகதிகு ததிகிணதொம்) ॥

47.   tALam: Adi   kalai: 2   Avartanam: 6

(taritana jonutimi tari, tana, jonu, timi, ta, ri, ta, na, jo, nu, | ti, mi,

taritana tanajonu tA ; tanajonu jonutimi tai ; , kiTataka ||) x2

taritana jonutimi tari, tana, jonu taritatA, tanatatA, taritana |

tanajonu jonutimi tari, tana, jonu jonutatai ; timitatai ; kiTataka ||

taritana jonutimi taritatA, tanatatA, taritana

tanajonu jonutimi | jonutatai ; timitatai ; kiTataka

taritana jonutimi taritatA, - tana || jonu jonutimi timitatai ;

(after 1 ½ aksharAs)

taritana jonutimi jonutimi timikiTa - tatIgi | , Na, tom tarıkıTatom ; , ; ;

taritana jonutimi jonutimi timikiTa – tatIgi || , Na, tom tarıkıTatom ; , tatIgi, Na, tom ; ;

taritana jonutimi jonutimi | timikiTa - tatIgi, Na, tom tarıkıTatom ; , tatIgi, Na, tom

tatIgi, Na, tom ||

47. தாளம்: ஆதி கலை: 2 ஆவர்தனம்: 6

(தரிதன ஜொனுதிமி தரி, தன, ஜொனு, திமி, த, ரி, த, ன, ஜொ, னு, ׀ தி, மி,

தரிதன தனஜொனு தா; தனஜொனு ஜொனுதிமி தை; , கிடதக ॥) x2

தரிதன ஜொனுதிமி தரி, தன, ஜொனு தரிததா, தனததா, தரிதன ׀

தனஜொனு ஜொனுதிமி தரி, தன, ஜொனு ஜொனுததை; திமிததை; கிடதக ॥

தரிதன ஜொனுதிமி தரிததா, தனததா, தரிதன

தனஜொனு ஜொனுதிமி ׀ ஜொனுததை; திமிததை; கிடதக

தரிதன ஜொனுதிமி தரிததா, - தன ॥ ஜொனு ஜொனுதிமி திமிததை;

(1 ½ அட்சரம் தள்ளி)

தரிதன ஜொனுதிமி ஜொனுதிமி திமிகிட

ததீங்கி ׀ , ண, தொம் தரிகிடதொம்; , ; ;

தரிதன ஜொனுதிமி ஜொனுதிமி திமிகிட

ததீங்கி ॥ , ண, தொம் தரிகிடதொம்; , ததீங்கி, ண, தொம் ; ;

தரிதன ஜொனுதிமி ஜொனுதிமி ׀ திமிகிட

ததீங்கி, ண, தொம் தரிகிடதொம்; , ததீங்கி, ண, தொம் ததீங்கி, ண, தொம் ॥

48. tALam: Adi   kalai: 2   Avartanam: 6

(tAkuta nAkuta jEkuta rEkuta jam ; takiTa jam ; takatakiTa jam , | ,

takatiku takiTa jam ; taritatana, tanatajonu, jonutatimi, timita ||) x2

tAkuta nAkuta jam ; takiTa jam, tatakuta nAkuta jam ; taritatana |

tatakuta nAkuta jam ; takiTa jam, tAkuta nAkuta jam ; taritatana ||

tAkuta nAkuta jam, tatakuta nAkuta jam, tAkutajam, tatakutajam, |

tajam, takajam, takiTajam, kıTatakatarıkıTatom ; , ; ;

tAkuta nAkuta jam, || tatakuta nAkuta jam, tAkutajam, tatakutajam,

tajam, takajam, takiTa | jam, tA kıTatakatarıkıTatom ; , tA kıTatakatarıkıTatom ; , ; ;

tAkuta nAkuta jam, || tatakuta nAkuta jam, tAkutajam, tatakutajam,

tajam, takajam, takiTa | jam, takatiku kıTatakatarıkıTatom ; , takatiku

kıTatakatarıkıTatom ; , takatiku kıTatakatarıkıTatom ; , ||

48. தாளம்: ஆதி கலை: 2 ஆவர்தனம்: 6

(தாகுத நாகுத ஜேகுத ரேகுத ஜம்; தகிட ஜம்; தகததகிட ஜம், । ,
தகதிகு தகிட ஜம்; தரிததன, தனதஜொனு, ஜொனுததிமி, திமித ॥) x2

தாகுத நாகுத ஜம்; தகிட ஜம், ததகுத நாகுத ஜம்; தரிததன ।
ததகுத நாகுத ஜம்; தகிட ஜம், தாகுத நாகுத ஜம்; தரிததன ॥

தாகுத நாகுத ஜம், ததகுத நாகுத ஜம், தாகுதஜம், ததகுதஜம், ।
தஜம், தகஜம், தகிட ஜம், கிடதகதரிகிடதொம்; , ; ;

தாகுத நாகுத ஜம், ॥ ததகுத நாகுத ஜம், தாகுதஜம், ததகுதஜம்,
தஜம், தகஜம், தகிட । ஜம், தா கிடதகதரிகிடதொம்; , தா கிடதகதரிகிடதொம்; , ; ;

தாகுத நாகுத ஜம், ॥ ததகுத நாகுத ஜம், தாகுதஜம், ததகுதஜம்,
தஜம், தகஜம், தகிட । ஜம், தகதிகு கிடதகதரிகிடதொம்; ,
தகதிகு கிடதகதரிகிடதொம்; , தகதிகு கிடதகதரிகிடதொம்; , ॥

49. **tALam: Adi**   **kalai: 2**   **Avartanam: 6**

tat, ta, ge, tin, tatA getin, ge, tin, ta, ri, ta, na, jo, nu, ti, | mi,

taritA, tanatA, ta, ri, tA, ta, na, tA, tatagetintaka ||

takata, ge, tin, tatA getin, ge, tin, ta, ri, ta, na, jo, nu, ti, | mi,

taritA, tanatA, ta, ri, tA, ta, na, tA, tatagetintaka ||

tat, ta, ge, tin, tatA getin, ge, tin, taritA ;

takata, ge, tin, | tatA getin, ge, tin, tanatai ; ,

tat, ta, ge, tin, taritA ; - taka || ta, ge, tin, tanatai ; ,

tat, ta, ge, tin ; , tA ge, tin, - takata, | ge, tin ; , tA ge, tin,

(after 5 ½ aksharAs)

tat, ta, ge, tin, takata, ge, tin, tA ; || ; getin tA ;

tatIgiNatom tatIgiNatom tatIgiNatom ;

tat, ta, | ge, tin, takata, ge, tin, tA ; ; getin tA ; taka

tatIgiNatom || tatIgiNatom tatIgiNatom ;

tat, ta, ge, tin, takata, ge, tin, tA | ; ; getin tA ; takatiku

tatIgiNatom tatIgiNatom tatIgiNatom ||

49. தாளம்: ஆதி கலை: 2 ஆவர்தனம்: 6

தத், தக், கெத், தின், ததா கெதின், கெத், தின், த, ரி, த, ன, ஜொ, னு, தி, மி,
தரிதா, தனதா, த, ரி, தா, த, ன, தா, ததகெதின்தக ॥
தகதக், கெத், தின், ததா கெதின், கெத், தின், த, ரி, த, ன, ஜொ, னு, தி, மி,
தரிதா, தனதா, த, ரி, தா, த, ன, தா, ததகெதின்தக ॥

தத், தக், கெத், தின், ததா கெதின், கெத், தின், தரிதா;
தகதக், கெத், தின், ததா கெதின், கெத், தின், தனதை; ,
தத், தக், கெத், தின், தரிதா; - தக ॥ தக், கெத், தின், தனதை; ,
தத், தக், கெத், தின்; , தா கெத், தின், - தகதக், கெத், தின்; , தா கெத், தின்,

(5 1/2 அட்சரம் தள்ளி)

தத், தக், கெத், தின், தகதக், கெத், தின், தா; ॥ ; கெதின் தா;
ததீங்கிணதொம் ததீங்கிணதொம் ததீங்கிணதொம் ;
தத், தக், கெத், தின், தகதக், கெத், தின், தா ; ; கெதின் தா;
தக ததீங்கிணதொம் ॥ ததீங்கிணதொம் ததீங்கிணதொம் ;
தத், தக், கெத், தின், தகதக், கெத், தின், தா ; ; கெதின் தா;
தகதிகு ததீங்கிணதொம் ததீங்கிணதொம் ததீங்கிணதொம் ॥

50. tALam: Adi kalai: 2 Avartanam: 7

(tat, tari, ta jonu tatimi takiTataka tat, tajam, tajam, tatimi takiTataka |

tA, tari, ta, tA, tana, ta, tA, jonu, ta, takumtarikiTataka ||) x2

tat, tari, ta jonu tatimi takiTataka tat, tajam, tarıkıTataka tin, nam, tA ; |

takatari, ta jonu tatimi takiTataka takatajam, tarıkıTataka tin, nam, tai ; , ||

tat, tari, ta jonu tin, nam, tA ; taka tari, ta jonu tin, nam, tai ; , |

tat, tari, ta jonu tin, nam, tA ; taka tari, ta jonu tin, nam, tai ; , ||

tat, tari, ta jonu takatari, ta jonu tat, tin, nam, takatin, nam, tatin, nam | ,

tatigiNatom tatigiNatom tatigiNatom ; ; ;

tat, tari, ta jonu taka || tari, ta jonu tat, tin, nam, takatin, nam, tatin, nam,

takatimi tatigiNatom | takatimi tatigiNatom takatimi tatigiNatom ; ; ;

tat, tari, ta jonu || takatari, ta jonu tat, tin, nam, takatin, nam, tatin, nam,

takatimi takajo | nu tatigiNatom takatimi takajonu tatigiNatom

takatimi takajonu tatigiNatom ||

50. தாளம்: ஆதி கலை: 2 ஆவர்தனம்: 7

(தத், தரி, த ஜொனு ததிமி தகிடதக தத், தஜம், தஜம், ததிமி தகிடதக ।

தா, தரி, த, தா, தன, த, தா, ஜொனு, த, தகும்தரிகிடதக ॥) x2

தத், தரி, த ஜொனு ததிமி தகிடதக தத், தஜம், தரிகிடதக தின், னம், தா; ।

தகதரி, த ஜொனு ததிமி தகிடதக தகதஜம், தரிகிடதக தின், னம், தை; , ॥

தத், தரி, த ஜொனு தின், னம், தா; தக தரி, த ஜொனு தின், னம், தை; , ।

தத், தரி, த ஜொனு தின், னம், தா; தக தரி, த ஜொனு தின், னம், தை; , ॥

தத், தரி, த ஜொனு தகதரி, த ஜொனு தத், தின், னம், தகதின், னம், ததின், னம் । ,

ததிகிணதொம் ததிகிணதொம் ததிகிணதொம் ; ; ;

தத், தரி, த ஜொனு தக ॥ தரி, த ஜொனு தத், தின், னம், தகதின், னம், ததின், னம்,

தகதிமி ததிகிணதொம் । தகதிமி ததிகிணதொம் தகதிமி ததிகிணதொம் ; ; ;

தத், தரி, த ஜொனு ॥ தகதரி, த ஜொனு தத், தின், னம், தகதின், னம், ததின், னம்,

தகதிமி தகஜொ । னு ததிகிணதொம் தகதிமி தகஜொனு ததிகிணதொம்

தகதிமி தகஜொனு ததிகிணதொம் ॥

51.   tALam: Adi   kalai: 2   Avartanam: 7

(tat, tari takatina nakatit, taLAmti taLAmtitaka jam, taritA ; jaka | taritai ; ,

jam, taritA jakataritai, takataLAmti takumtarikiTataka ||) x2

tat, tari takatina nakatit, taLAmti taLAmtitaka jam, taritA jaka tari | tai,

takataLAmti takumtarikiTataka

takatari takatina nakatit, taLAmti || taLAmtitaka jam, taritA jaka tari tai,

takataLAmti takumtarikiTataka |

tat, tari takatina nakatit, taLAmti taLAmtitaka taLAmti takajam ; , ||

takatari takatina nakatit, taLAmti taLAmtitaka taLAmti takajam ; , |

tat, tari takatina tat, taLAmtitaka – takatari takatina taka taLAmtitaka ||

tat, tari takatina tat, taLAmtitaka

ta, ti, gi, Na, tom,

tat, tari taka | tina tat, taLAmti taLAmti taka

ta, ti, gi, Na, tom, - ta, tI ; gi, || Na, tom,

tat, tari takatina tat, taLAmti taLAmti taLAmti taka

ta, ti, | gi, Na, tom, - ta, tI ; gi, Na, tom, - ta ; , ti ; , gi , Na, tom, ||

51. தாளம்: ஆதி கலை: 2 ஆவர்தனம்: 7

(தத், தரி தகதின நகதித், தளாம்தி தளாம்திதக ஜம், தரிதா; ஜக | தரிதை; ,
ஜம், தரிதா ஜகதரிதை, தகதளாம்தி தகும்தரிகிடதக ‖) x2

தத், தரி தகதின நகதித், தளாம்தி தளாம்திதக ஜம், தரிதா ஜக தரி | தை,
தகதளாம்தி தகும்தரிகிடதக
தகதரி தகதின நகதித், தளாம்தி ‖ தளாம்திதக ஜம், தரிதா ஜக தரி தை,
தகதளாம்தி தகும்தரிகிடதக |
தத், தரி தகதின நகதித், தளாம்தி தளாம்திதக தளாம்தி தகஜம்; , ‖
தகதரி தகதின நகதித், தளாம்தி தளாம்திதக தளாம்தி தகஜம்; , |
தத், தரி தகதின தத், தளாம்திதக - தகதரி தகதின தக தளாம்திதக ‖

தத், தரி தகதின தத், தளாம்திதக
த, திங், கி, ண, தொம்,
தத், தரி தக | தின தத், தளாம்தி தளாம்தி தக
த, திங், கி, ண, தொம், த, தீங்; கி, ‖ ண,தொம்,
தத், தரி தகதின தத், தளாம்தி தளாம்தி தளாம்தி தக
த, திங், | கி, ண, தொம், த, தீங்; கி, ண, தொம், த; , திங்; ,கி, ண, தொம், ‖

52.   **tALam: Adi**   **kalai: 2**   **Avartanam: 7**

(tari, taritatana tana, tanatajonu jonu, jonutatimi timi, timitakiTa |

, tari taritatana tana tanatajonu jonu jonutatimi timitimita kıTatakatarıkıTatom, ||) x2

(tari, taritatana ta, ri, tA kıTataka jo, nu, tA kıTatakatarıkıTa ti, mi, tA |

tari, tAm tana, tAm jonu, tAm timi, tAm takumtari kukumtari kiTataka ||) x2

tari, tarita tAm ; tanata tai ; ; , taritatana tanatajonu timita |

tana, jonuta tAm ; tamita tai ; ; , taritatana tanatajonu timita ||

tari, tarita tAm, tarita taritAm – tana, tanata tai ; tanata tanatai, |

(after 4 aksharAs)

, tarita ,tanata (tarita tanata) **tisra nadai**

tA kıTatakatarıkıTatom ; ,

, tarita ,tanata || (tarita tanata) **tisra nadai**

tA kıTatakatarıkıTatom ; , tA kıTatakatarıkıTatom ; ,

, tarita ,tanata | (tarita tanata) **tisra nadai**

tA kıTatakatarıkıTatom ; , tA kıTatakatarıkıTatom ; , tA kıTatakatarıkıTatom ; , ||

52. தாளம்: ஆதி கலை: 2 ஆவர்தனம்: 7

(தரி, தரிததன தன, தனதஜொனு ஜொனு, ஜொனுததிமி திமி, திமிதகிட |
, தரி தரிததன தன தனதஜொனு ஜொனு ஜொனுததிமி
திமிதிமித கிடதகதரிகிடதொம், ‖) x2

(தரி, தரிததன த, ரி, தா கிடதக ஜொ, னு, தா கிடதகதரிகிட தி, மி, தா |
தரி, தாம் தன, தாம் ஜொனு, தாம் திமி, தாம் தகும்தரி குகும்தரி கிடதக ‖) x2

தரி, தரித தாம்; தனத தை; ; , தரிததன தனதஜொனு திமித |
தன, ஜொனுத தாம்; திமித தை; ; , தரிததன தனதஜொனு திமித ‖

தரி, தரித தாம், தரித தரிதாம் - தன, தனத தை; தனத தனதை, |
(4 அட்சரம் தள்ளி)

, தரித , தனத (தரித தனத) திஸ்ர நடை

தா கிடதகதரிகிடதொம்; ,

, தரித , தனத ‖ (தரித தனத) திஸ்ர நடை

தா கிடதகதரிகிடதொம்; , தா கிடதகதரிகிடதொம்; ,

, தரித , தனத | (தரித தனத) திஸ்ர நடை

தா கிடதகதரிகிடதொம்; , தா கிடதகதரிகிடதொம்; , தா கிடதகதரிகிடதொம்; , ‖

53. tALam: Adi   kalai: 2   Avartanam: 9

(tat, tari, ta, na, tarita tari, tana, jonu, timi, taritana jo, nu, | tA taritanata

tanajonu jo, nu, tai, tanajonuta taritana jonutA

tanajonu jonutai, taritanatA – tanajonutai, taritana tanajonu taritanajonu ||) x2

(tat, tari, ta, na, tarita - taritana jo, nu, tA tanajonu jo, nu, tai, |

taritana jonutA tanajonu jonutai, taritanatA tanajonutai, taritana ||) x2

tat, tari, ta, na, tari taritatana - tana tanatajonu - jonu jonuta timitaka |

takatari, ta, na, tari taritatana - tana tanatajonu - jonu jonuta timitaka ||

tat, tari, ta, na, tarita tanatA – taka tari, ta, na, tanata jonutai, |

(after 4 aksharAs)

tat, tari, ta, na, taritatana, kiTataka, tarıkıTatom, kiTataka, tarıkıTatom,

ki || Tataka, tarıkıTatom,   ; ; ; ;

takatari, ta, na, tarita tanatajonu | , kiTataka, kıTatakatarıkıTatom,

kiTataka, kıTatakatarıkıTatom, kiTataka, kıTatakatarıkıTatom,   , || ; ; ; ,

tat, tari, ta, na, tarita tanata jonutatimi, kiTataka | , tarıkıTa kıTatakatarıkıTatom,

kiTataka, tarıkıTa kıTatakatarıkıTatom, kiTataka, tarıkıTa kıTatakatarıkıTatom, ||

53. தாளம்: ஆதி கலை: 2 ஆவர்தனம்: 9

(தத், தரி, த, ன, தரித தரி, தன, ஜொனு, திமி, தரிதன ஜொ, னு, । தா தரிதனத
தனஜொனு ஜொ, னு, தை, தனஜொனுத தரிதன ஜொனுதா
தன ॥ ஜொனு ஜொனுதை, தரிதனதா-தனஜொனுதை,
தரிதன-தனஜொனு தரிதனஜொனு ।) x2
(தத், தரி, த, ன, தரித - தரிதன ஜொ, னு, தா தனஜொனு ஜொ, னு, தை, ।
தரிதன ஜொனுதா தனஜொனு ஜொனுதை, தரிதனதா தனஜொனுதை, தரிதன ॥) x2
தத், தரி, த, ன, தரி தரிததன - தன தனதஜொனு - ஜொனு ஜொனுத திமிதக ।
தகதரி, த, ன, தரி தரிததன - தன தனதஜொனு - ஜொனு ஜொனுத திமிதக ॥
தத், தரி, த, ன, தரித தனதா - தக தரி, த, ன, தனத ஜொனுதை, ।
(4 அட்சரம் தள்ளி)

தத், தரி, த, ன, தரிததன, கிடதக, தரிகிடதொம், கிடதக, தரிகிடதொம்,
கி ॥ டதக, தரிகிடதொம், ; ; ; ;
தகதரி, த, ன, தரித தனதஜொனு । , கிடதக, கிடதகதரிகிடதொம்,
கிடதக, கிடதகதரிகிடதொம், கிடதக, கிடதகதரிகிடதொம், , ॥ , ; ; ;
தத், தரி, த, ன, தரித தனத ஜொனுததிமி, கிடதக । , தரிகிட கிடதகதரிகிடதொம்,
கிடதக, தரிகிட கிடதகதரிகிடதொம், கிடதக, தரிகிட கிடதகதரிகிடதொம், ॥

Adi tALam – tisra nadai

54. tALam: Adi kalai: 1 Avartanam: 4 (tisranadai)

tat, tıt, takaȷam, takumtarıkıTataka tAm ; tAm ; | takumtarıkıTataka

takatıt, takaȷam, takumtarıkıTataka || taı ; , taı ; , takumtarıkıTataka

tat, tıt, takaȷam, | takumtarıkıTataka tAm ;

takatıt, takaȷam, takumtarı || kıTataka taı ; ,

tat, tıt, takaȷam, takumtarıkıTataka | takatıt, takaȷam, takumtarıkıTataka

tat, tıt, takaȷam, || ; takatıku kıTatakatarıkıTatom ; ,

tıt, takaȷam ; , tA kıTataka | tarıkıTatom ; ,

takaȷam ; , kıTatakatarıkıTatom ; ,

ȷam ; , tarıkıTatom ; , ||

ஆதி தாளம் - திஸ்ர நடை

54. தாளம்: ஆதி கலை: 1   ஆவர்தனம்: 4 (திஸ்ர நடை)

தத்,தித்,தகஜம், தகும்தரிகிடதக தாம்;தாம்; | தகும்தரிகிடதக
தகதித்,தகஜம், தகும்தரிகிடதக || தை; ,தை;, தகும்தரிகிடதக

தத்,தித்,தகஜம், | தகும்தரிகிடதக தாம்;
தகதித்,தகஜம்,தகும்தரி || கிடதக தை;,

தத்,தித்,தகஜம், தகும்தரிகிடதக | தகதித்,தகஜம், தகும்தரிகிடதக

தத்,தித்,தகஜம்,||; தகதிகு கிடதகதரிகிடதொம்;,
தித்,தகஜம்;, தா கிடதக|தரிகிடதொம்;,
தகஜம்;, கிடதகதரிகிடதொம்;,
ஜம்;, தரிகிடதொம்;,, ||

55. tALam: Adi kalai: 1 Avartanam: 6 (tisra nadai)

tat, tıt, takanaka ȷam, tarı tA ; – ȷam ; , ta, rı, | ta, ka,

ȷam, tarıtA ȷakatarıtaı, ȷanaȷana kukumtarı ||

takatıt, takanaka ȷam, tarı taı ; , – ȷam ; , ta, rı, | ta, ka,

ȷam, tarıtA ȷakatarıtaı, ȷanaȷana kukumtarı ||

tat, tıt, takanaka ȷam, tarı tA ; – ȷam ; , ta, rı, | ta, ka, ȷam, tarıtA ;

takatıt, takanaka ȷam, tarı || taı ; , – ȷam ; , ta, rı, | ta, ka, ȷakatarıtaı; , |

tat, tıt, takanaka ȷam, tarı – ȷam ; , ta, rı, ta, ka, ||

takatıt, takanaka ȷam, tarı – ȷa, ka, ta, rı, ta, ka, |

tat, tıt, takanaka ȷam, tarı tarıkıTatom ; , ,

tat, tıt, taka || naka ȷam, tarı tarıkıTatom ; , kıTatakatarıkıTatom ; , ,

tat, tıt, taka | naka ȷam, tarı tarıkıTatom ; , kıTatakatarıkıTatom ; ,

tA kıTatakatarıkıTatom ; , ||

55. தாளம்: ஆதி   கலை: 1   ஆவர்தனம்: 6 (திஸ்ர நடை)

தத்,தித்,தகநக ஜம்,தரி தா; – ஜம்; ,த,ரி,| த,க, ஜம்,தரிதா ஜகதரிதை, ஜனஜன குகும்தரி ||

தகதித்,தகநக ஜம்,தரி தை; ,– ஜம்;, த,ரி,| த,க, ஜம்,தரிதா ஜகதரிதை, ஜனஜன குகும்தரி||

தத்,தித்,தகநக ஜம்,தரி தா; – ஜம்; ,த,ரி,| த,க,ஜம்,தரிதா ;

தகதித்,தகநக ஜம்,தரி || தை; ,– ஜம்;, த,ரி,த,க,ஜகதரிதை;, |

தத்,தித்,தகநக ஜம்,தரி – ஜம்; ,த,ரி,த,க, ||

தகதித்,தகநக ஜம்,தரி – ஜ,க,த,ரி,த,க, |

தத்,தித்,தகநக ஜம்,தரி

தரிகிடதொம்;, ,

தத்,தித்,தக || நக ஜம்,தரி

தரிகிடதொம்;, கிடதகதரிகிடதொம்;, ,

தத்,தித்,தக | நக ஜம்,தரி

தரிகிடதொம்;, கிடதகதரிகிடதொம்;, தா கிடதகதரிகிடதொம்;, ||

56. tALam: Adi kalai: 1 Avartanam: 7 (tisra nadai)

(tat, ta, ȷo, nu, tAm ȷonutAm ȷo, nu, ȷo, nu, ta, | ȷo, nu, tı, mı, ta, tı, mı, ta, kı, Ta, ta, ka, ||) x2

tat, ta, ȷo, nu, tAm ȷonutAm ȷo, nu, ȷo, nu, ta, | takata, ȷo, nu, taı, ȷonutaı, ȷo, nu, ȷo, nu, ta, ||

tat, ta, ȷo, nu, tAm ȷonutAm – takata, ȷo, nu, taı, | ȷonutaı,

tat, ta, ȷo, nu, tAm – takata, ȷo, nu, taı, ||

tat, ta, ȷo, nu, takata, ȷo, nu, – tA ; ȷo, nu, | tat, ta, ȷam, ta, ȷam,

tarıkıTatom ; , kıTatakatarıkıTatom ; ,

tat, ta, || ȷo, nu, takata, ȷo, nu, – tA ; ȷo, nu, tat, ta, | ȷam, ta, ȷam,

kıTatakatarıkıTatom ; , tA kıTatakatarıkıTatom ; ,

tat, ta, || ȷo, nu, takata, ȷo, nu, – tA ; ȷo, nu, tat, ta, | ȷam, ta, ȷam,

tA kıTatakatarıkıTatom ; , takatıku kıTatakatarıkıTatom ; , ||

56. தாளம்: ஆதி கலை: 1 ஆவர்தனம்: 7 (திஸ்ர நடை)

(தத், தஜ், ஜொ, னு, தாம் ஜொனுதாம் ஜொ, னு, ஜொ, னு, த, ।

ஜொ, னு, தி, மி, த, தி, மி, த, கி, ட, த, க, ॥) x2

தத், தஜ், ஜொ, னு, தாம் ஜொனுதாம் ஜொ, னு, ஜொ, னு, த, ।

தகதஜ், ஜொ, னு, தை, ஜொனுதை, ஜொ, னு, ஜொ, னு, த, ॥

தத். தஜ், ஜொ, னு, தாம் ஜொனுதாம் - தகதஜ், ஜொ, னு, தை, | ஜொனுதை,

தத், தஜ், ஜொ, னு, தாம் – தகதஜ், ஜொ, னு, தை, ॥

தத், தஜ், ஜொ, னு, தகதஜ், ஜொ, னு, தா; ஜொ, னு, । தத், தஜ், ஜம், – தஜ், ஜம்,

தரிகிடதொம்; , கிடதகதரிகிடதொம்; ,

தத், தஜ், || ஜொ, னு, தகதஜ், ஜொ, னு, தா; ஜொ, னு, தத், தஜ், | ஜம், – தஜ், ஜம்,

கிடதகதரிகிடதொம்; , தா கிடதகதரிகிடதொம்; ,

தத், தஜ், || ஜொ, னு, தகதஜ், ஜொ, னு, தா; ஜொ, னு, தத், தஜ், | ஜம், – தஜ், ஜம்,

தா கிடதகதரிகிடதொம்; , தகதிகு கிடதகதரிகிடதொம்; , ॥

57. tALam: Adi kalai: 1 Avartanam: 14 (tisra nadai)

[tat, ta, ȷo, nu, tAm ȷonutAm ; , (takiTa) tımıtAm | ; ; (takatimi) ȷonutAm ; ; , (takatakiTa)

ȷo, || nu, tAm tı, mı, tAm – tAtai ; ; | takumtari kumkumtari takum, tarı, kıTa ||] x2

(tat, ta, ȷo, nu, tAm ȷo, nu, tAm ȷonutat, – tı, mı, | tAm ȷonutat, tımıtat, tAtai,

tarıkıTataka ||) x2

tat, ta, ȷo, nu, tAm ; ; ; ȷo, nu, tAm ; | takata, ȷo, nu, taı ; ; ; ȷo, nu, taı ; , ||

tat, ta, ȷo, nu, tAm ; ; ; ȷo, nu, tAm ; | takata, ȷo, nu, taı ; ; ; ȷo, nu, taı ; , ||

(tat, ta, ȷo, nu, tAm ; takata, ȷo, nu, taı ; , | tat, ta, ȷo, nu, – takata, ȷo, nu, – tA ; ȷo, nu, ||

tatigiNatom kıTatakatarıkıTatom ; ,

tatigiNa | tom kıTatakatarıkıTatom ; ,

tatigiNatom kıTatakatarıkıTatom ; , ||) x3

57. தாளம்: ஆதி கலை: 1 ஆவர்தனம்: 14 (திஸ்ர நடை)

[தத்,தஜ்,ஜொ,னு,தாம் ஜொனுதாம் ; , (தகிட) திமிதாம் । ; ; (தகதிமி)

ஜொனுதாம் ; ; , (தகதகிட) ஜொ,|| னு,தாம் – தி,மி,தாம்

தாதை; ; । தகும்தரி குகும்தரி தகும்,தரி,கிட ॥] x2

(தத்,தஜ்,ஜொ,னு,தாம் ஜொ,னு,தாம் ஜொனுதத்,

தி,மி,| தாம் ஜொனுதத்,திமிதத், தாதை, தரிகிடதக ॥) x2

தத்,தஜ்,ஜொ,னு,தாம் ; ; ; ஜொ,னு,தாம்; । தகதஜ்,ஜொ,னு,தை ; ; ; ஜொ,னு,தை; , ॥

தத்,தஜ்,ஜொ,னு,தாம் ; ; ; ஜொ,னு,தாம்; । தகதஜ்,ஜொ,னு,தை ; ; ; ஜொ,னு,தை; , ॥

(தத்,தஜ்,ஜொ,னு,தாம்; – தகதஜ்,ஜொ,னு,தை; , ।

தத்,தஜ்,ஜொ,னு, – தகதஜ்,ஜொ,னு, தா; ஜொ,னு, ॥

ததிகிணதொம் கிடதகதரிகிடதொம்; ,

ததிகிண । தொம் கிடதகதரிகிடதொம்; ,

ததிகிணதொம் கிடதகதரிகிடதொம்; , ॥) x3

58. tALam: Adi   kalai: 2   Avartanam: 5 (tisra nadai)

tat, ta tImta takatImta, takatIm takataka tImta, |

takajam, takanam, takarum, takata tImta takatakatAm ||

takata tImta takatImta, takatIm takataka tImta, |

takajam, takanam, takarum, takata tImta takatakatAm ||

tat, ta tImta takajam ; , takajam, takanam, takatit, |

takata tImta takajam ; , takajam, takanam, takatit, ||

tat, ta tImta takatImta, takatImta,

tatIgiNatom |

tat, ta tImta takatImta, taka takatImta,

tatIgi || Natom tatIgiNatom

tat, ta tImta takatImta, taka taka | takatImta,

tatIgiNatom tatIgiNatom tatIgiNatom ||

58. தாளம்: ஆதி கலை: 2   ஆவர்தனம்: 5 (திஸ்ர நடை)

தத், த தீம்த தகதீம்த, தகதீம் தகதக தீம்த, |
தகஜம், தகநம், தகரும், தகத தீம்த தகதக தாம் ||
தகத தீம்த தகதீம்த, தகதீம் தகதக தீம்த, |
தகஜம், தகநம், தகரும், தகத தீம்த தகதக தாம் ||

தத், த தீம்த தகஜம்; , தகஜம், தகநம், தகதித், |
தகத தீம்த தகஜம்; , தகஜம், தகநம், தகதித், ||

தத், த தீம்த தகதீம்த, தகதீம்த,
ததீங்கிணதொம் |
தத், த தீம்த தகதீம்த, தக தகதீம்த,
ததீங்கி || ணதொம் ததீங்கிணதொம்
தத், த தீம்த தகதீம்த, தக தக | தகதீம்த,
ததீங்கிணதொம் ததீங்கிணதொம் ததீங்கிணதொம் ||

59.   tALam: Adi   kalai: 2   Avartanam: 6 (tisra nadai)

(tat, tarıtana ta, rı, tA tarıtana jo, nu, tA tarıtana jonutımı tımıkıTataka

ta, rı, tA ; tarıtana | ta, na, tA ; tanajonu jo, nu, tA ; jonutımı

tatIgıNatom taka tatIgıNatom takatıku tatIgıNatom ||) x2

(tat, tarıtana ta, rı, tA tarıtana jo, nu, tA tarıtana jonutımı

tımıkıTataka kıTataka takumtarıkıTataka |) x2

tat, tarıtana ta, rı, tA ; kıTataka ta, rı, tA — takatarıtana ta, rı, taı ; , kıTataka ta, rı, taı, |

tat, tarıtana ta, rı, tA - takatarıtana ta, rı, taı,

tarıtana tanajonu tanajonu jonutımı jonutımı tımıkıTa ||

tat, tarıtana ta, rı, tA - takatarıtana ta, rı, taı, — tarıtana jonutımı kıTataka

tatIgıNatom tatIgıNatom | tatIgıNatom ; , (takiTa)

tat, tarıtana ta, rı, tA - takatarıtana ta, rı, taı, — tarıtana jonutımı kıTataka ||

taka tatIgıNatom taka tatIgıNatom taka tatIgıNatom ; , (takiTa)

tat, tarıtana ta, rı, tA - takatarıtana | ta, rı, taı, — tarıtana jonutımı kıTataka

takatıku tatIgıNatom takatıku tatIgıNatom takatıku tatIgıNatom ||

59. தாளம்: ஆதி கலை: 2 ஆவர்தனம்: 6 (திஸ்ர நடை)

(தத், தரிதன த, ரி, தா தரிதன ஜொ, னு, தா தரிதன ஜொனுதிமி திமிகிடதக

த, ரி, தா; தரிதன | த, ன, தா; தனஜொனு ஜொ, னு, தா; ஜொனுதிமி

ததீங்கிணதொம் தக ததீங்கிணதொம் தகதிகு ததீங்கிணதொம் ‖) x2

(தத், தரிதன த, ரி, தா தரிதன ஜொ, னு, தா தரிதன ஜொனுதிமி

திமிகிடதக கிடதக தகும்தரிகிடதக |) x2

தத், தரிதன த, ரி, தா; கிடதக த, ரி, தா தகதரிதன த, ரி, தை; , கிடதக த, ரி, தை, |

தத், தரிதன த, ரி, தா – தகதரிதன த, ரி, தை,

தரிதன தனஜொனு தனஜொனு ஜொனுதிமி ஜொனுதிமி திமிகிட ‖

தத், தரிதன த, ரி, தா – தகதரிதன த, ரி, தை, - தரிதன ஜொனுதிமி கிடதக

ததீங்கிணதொம் ததீங்கிணதொம் | ததீங்கிணதொம் ; , (தகிட)

தத், தரிதன த, ரி, தா – தகதரிதன த, ரி, தை, - தரிதன ஜொனுதிமி கிடதக ‖

தக ததீங்கிணதொம் தக ததீங்கிணதொம் தக ததீங்கிணதொம் ; , (தகிட)

தத், தரிதன த, ரி, தா – தகதரிதன | த, ரி, தை, – தரிதன ஜொனுதிமி கிடதக

தகதிகு ததீங்கிணதொம் தகதிகு ததீங்கிணதொம் தகதிகு ததீங்கிணதொம் ‖

Adi tALam trikAla jatis

60. tALam: Adi   kalai: 2   (trikAlam/3 speed)

(ta, jam, tatimi takiTataka tat, ta, jam, ta, jam, tajam, tanam, kiTataka |

takajam, tatimi takiTataka takata, jam, ta, jam, tajam, tanam, kiTataka ||) **3 speeds**

ta, jam, tatimi takiTataka tat, ta, jam, ta, jam,

taka jam, tatimi takiTa | taka takata, jam, ta, jam,

ta, jam, tatimi takiTataka ta, jam, - takajam, || tatimi takiTataka takajam,

ta, jam, tatimi takiTa – takajam, tatimi takiTa |

(after 4 aksharAs)

ta, jam, tatimi takiTa tat, ta, jam ; tatigiNatom

ta, jam, tatimi takiTa || taka tat, ta, jam ; taka tatigiNatom

ta, jam, tatimi takiTa takatiku tat, | ta, jam ; takatiku tatigiNatom

takatiku tatigiNatom takatiku tatigiNatom ||

ஆதி தாளம் திரிகால ஜதிகள்

60. தாளம்: ஆதி கலை: 2   (திரிகாலம்)

(தஜ், ஜம், ததிமி தகிடதக தத், தஜ், ஜம், தஜ், ஜம், தஜம், தனம், கிடதக |
தகஜம், ததிமி தகிடதக தகதஜ், ஜம், த, ஜம், தஜம், தனம், கிடதக ‖) 3 காலம்

தஜ், ஜம், ததிமி தகிடதக தத், தஜ், ஜம், தஜ், ஜம்,

தகஜம், ததிமி தகிட | தக தகதஜ், ஜம், தஜ், ஜம்,

தஜ், ஜம், ததிமி தகிடதக தஜ், ஜம், - தகஜம், ‖ ததிமி தகிடதக தகஜம்,

தஜ், ஜம், ததிமி தகிட - தகஜம், ததிமி தகிட |

(4 அட்சரம் தள்ளி)

தஜ், ஜம், ததிமி தகிட தத், தஜ், ஜம்; ததிகிணதொம்

த, ஜம், ததிமி தகிட ‖ தக தத், தஜ், ஜம்; தக ததிகிணதொம்

த, ஜம், ததிமி தகிட   தகதிகு தத், | தஜ், ஜம்; தகதிகு ததிகிணதொம்

தகதிகு ததிகிணதொம்   தகதிகு ததிகிணதொம் ‖

61. tALam: Adi kalai: 2 (trikAlam/3 speed)

(tat, ti, kinakiTa kinAgu takajam ; , ti, kinakiTa kinAgu takajam, | ;

kinakiTa kinAgu takajam ; , takanam ; , takarum ; , takumtari kiTataka ||) **3 Speeds**

(tat, ti, kinakiTa ti, kinakiTa kinakiTa kinAgu taka jam, tari tA ; |) x2

(tat, ti, kinakiTa kinAgu takajam, takati, kinakiTa kinAgutaka jam , |) x2

tat, ti, kinakiTa takati, kinakiTa tAkinakiTa tatakinakiTa kinakiTa |

ta ; ti ; gi ; Na ; tom ; tatiginatom tatiginatom tatiginatom

tat, || ti, kinakiTa takati, kinakiTa tAkinakiTa tatakinakiTa kinakiTa

ta, | , ti ; gi ; Na ; tom ; tatiginatom , tatiginatom , tatiginatom

tat, || ti, kinakiTa takati, kinakiTa tAkinakiTa tatakinakiTa kinakiTa

ta, | , ti ; gi ; Na ; tom ; tatiginatom ; tatiginatom ; tatiginatom ||

61. தாளம்: ஆதி கலை: 2 (திரிகாலம்)

(தத், திக், கினகிட கினாங்கு தகஜம்; , திக், கினகிட கினாங்கு தகஜம், । ;
கினகிட கினாங்கு தகஜம்; , தகநம்; , தகரும்; , தகும்தரிகிடதக ॥) 3 காலம்

(தத், திக், கினகிட திக், கினகிட கினகிட கினாங்கு தகஜம், தரிதா; ।) x2

(தத், திக், கினகிட கினாங்கு தகஜம், தகதிக், கினகிட கினாங்கு தகஜம், ।) x2

தத், திக், கினகிட தகதிக், கினகிட தாகினகிட ததகினகிட கினகிட ।
த; தி; கி; ண; தொம்; ததிகிணதொம் ததிகிணதொம் ததிகிணதொம்

தத், ॥ திக், கினகிட தகதிக், கினகிட தாகினகிட ததகினகிட கினகிட
த, । , தி; கி; ண; தொம்; ததிகிணதொம், ததிகிணதொம், ததிகிணதொம்

தத், ॥ திக், கினகிட தகதிக், கினகிட தாகினகிட ததகினகிட கினகிட
த, । , தி; கி; ண; தொம்; ததிகிணதொம்; ததிகிணதொம்; ததிகிணதொம் ॥

62.   tALam: Adi   kalai: 2   (trikAlam/3 speed)

(jam ; tajam ; jam, tom, tarikiTataka nam, tarikiTataka jam, tatigiNatom |
jam ; tajam ; jam, tom, tarikiTataka nam, tarikiTataka jam, tatigiNatom ||) **3 speeds**

jam ; tajam ; jam, tom, tarikiTataka nam, tatigiNatom

jam ; tajam ; jam | , tom, tarikiTataka nam, tatigiNatom

jam ; tajam, tari – jaka, tajam, tari ||

jam, tajam, jakatajam, ta ; ti ; gi ; Na ; tom ; ta, ti, gi, Na |, tom, tatigiNatom   ; ;

jam, tajam, jakatajam, ta ; ti ; gi ; Na || ; tom ; ta, ti, gi, Na, tom, tatigiNatom   ; ;

jam, tajam, jakata | jam, ta ; ti ; gi ; Na ; tom ; ta, ti, gi, Na, tom, tatigiNatom ||

62. தாளம்: ஆதி கலை: 2   (திரிகாலம்)

(ஜம்; தஜம்; ஜம், தொம், தரிகிடதக நம், தரிகிடதக ஜம், ததிகிணதொம் ।
ஜம்; தஜம்; ஜம், தொம், தரிகிடதக நம், தரிகிடதக ஜம், ததிகிணதொம் ॥) 3 காலம்

ஜம்; தஜம்; ஜம், தொம், தரிகிடதக நம், ததிகிணதொம்
ஜம்; தஜம்; ஜம் । , தொம், தரிகிடதக நம், ததிகிணதொம்

ஜம்; தஜம், தரி - ஜக, தஜம், தரி ॥

ஜம், தஜம், ஜகதஜம், த; தி; கி; ண; தொம்; த, தி, கி, ண । , தொம், ததிகிணதொம்   ; ;
ஜம், தஜம், ஜகதஜம், த; தி; கி; ண ॥ ; தொம்; த, தி, கி, ண, தொம், ததிகிணதொம்   ; ;
ஜம், தஜம், ஜகத । ஜம், த; தி; கி; ண; தொம்; த, தி, கி, ண, தொம், ததிகிணதொம் ॥

63.   tALam: Adi   kalai: 2   (trikAlam/3 speed)

(tat, tit, taka, ta, jam, tajam ; , tit, taka, ta, jam, tAjam, tajam, | ;

taka, ta, jam, tajam ; , tanam ; , tarum ; , takumtarikiTataka ||) **3 speeds**

(tat, tit, taka, ta, jam, tajam, - tit, taka, ta, jam, tajam, tanam, tarum, |) x2

tat, tit, taka, ta, jam, tajam ; , takatit, taka, ta, jam, tajam ; , |

(after 4 aksharAs)

tat, tit, taka, ta, jam, - takatit, taka, ta, jam, - tajam, tanam,

tarıkıTatom , || ; tarıkıTatom ; , tarıkıTatom ; , ; ; ,

tat, tit, taka, ta, jam, - takatit, taka, ta |, jam, - tajam, tanam,

taka tarıkıTatom ; , ; taka tarıkıTatom ; , ; taka tarıkıTatom ; , , || ; ;

tat, tit, taka, ta, jam, - takatit, taka, ta, jam, - tajam, tanam, |

takatiku tarıkıTatom ; , ; ; takatiku tarıkıTatom ; , ; ; takatiku tarıkıTatom ; , ||

63. தாளம்: ஆதி கலை: 2 (திரிகாலம்)

(தத், தித், தக, தஜ், ஜம், தஜம்; , தித், தக, தஜ், ஜம், தாஜம், தஜம், । ;
தக, த, ஜம், தஜம்; , தனம்; , தரும்; , தகும்தரிகிடதக ॥) **3 காலம்**

(தத், தித், தக, தஜ், ஜம், தஜம், - தித், தக, தஜ், ஜம், தஜம், தனம், தரும், ।) x2

தத், தித், தக, தஜ், ஜம், தஜம்; , தகதித், தக, தஜ், ஜம், தஜம்; , ।

(4 அட்சரம் தள்ளி)

தத், தித், தக, தஜ், ஜம், - தகதித், தக, தஜ், ஜம், - தஜம், தனம்,
தரிகிடதொம்; , ॥ தரிகிடதொம்; , தரிகிடதொம்; , ; ; ,

தத், தித், தக, தஜ், ஜம், - தகதித், தக, தஜ் । , ஜம், - தஜம், தனம்,
தக தரிகிடதொம்; , ; தக தரிகிடதொம்; , ; தக தரிகிட தொம்; , , ॥ ; ;

தத், தித், தக, தஜ், ஜம், - தகதித், தக, தஜ், ஜம், - தஜம், தனம், ।
தகதிகு தரிகிடதொம்; , ; ; தகதிகு தரிகிடதொம்; , ; ; தகதிகு தரிகிடதொம்; , ॥

64. tALam: Adi kalai: 2 (trikAlam/3 speed)

(ta, jam, tatimi takiTataka jam, tA ; takanam, tA ; takarum, tA | ;

takajam ; takanam ; takarum ; takatA, takumtari kukumtarikiTa ||) **3 speeds**

ta, jam, tatimi takiTa takajam, tA takanam, tA takajam, tarikiTataka |

takajam, tatimi takiTa takajam, tA takanam, tA takajam, tarikiTataka ||

ta, jam, tatimi takiTataka jam, tA – takajam, tatimi takiTataka jam, tai, |

(after 4 aksharAs)

ta, jam, tatimi takiTa takajam, tatimi takiTa - ta, ti, gi, Na, tom,

kıTataka || tarıkıTatom ;, kıTatakatarıkıTatom ;, kıTatakatarıkıTatom ;, ;

ta, jam, tatimi takiTa takajam, | tatimi takiTa - ta, ka, ta, ti, gi, Na, tom,

kıTatakatarıkıTatom ;, kıTatakatarıkıTatom ;, || kıTatakatarıkıTatom ;, ;

ta, jam, tatimi takiTa takajam, tatimi takiTa - ta, ka, | ti, ku, ta, ti, gi, Na, tom,

kıTatakatarıkıTatom ;, kıTatakatarıkıTatom ;, kıTatakatarıkıTatom ;, ||

64. தாளம்: ஆதி கலை: 2 (திரிகாலம்)

(தஜ், ஜம், ததிமி தகிடதக ஜம், தா; தகநம், தா; தகரும், தா । ;

தகஜம்; தகநம்; தகரும்; தகதா, தகும்தரி குகும்தரிகிட ॥) 3 காலம்

தஜ், ஜம், ததிமி தகிட தகஜம், தா தகநம், தா தகஜம், தரிகிடதக ।

தகஜம், ததிமி தகிட தகஜம், தா தகநம், தா தகஜம், தரிகிடதக ॥

தஜ், ஜம், ததிமி தகிடதக ஜம், தா - தகஜம், ததிமி தகிடதக ஜம், தை, ।

(4 அட்சரம் தள்ளி)

தஜ், ஜம், ததிமி தகி। - தகஜம், ததிமி தகிட- த, தி, கி, ண, தொம்,

கிடதக || தரிகிடதொம்; , கிடதகதரிகிடதொம்; , கிடதகதரிகிடதொம்; , ;

தஜ், ஜம், ததிமி தகிட - தகஜம், । ததிமி தகிட- த, க, த, தி, கி, ண, தொம்,

கிடதகதரிகிடதொம்; , கிடதகதரிகிடதொம்; , ॥ கிடதகதரிகிடதொம்; , ;

தஜ், ஜம், ததிமி தகிட - தகஜம், ததிமி தகிட- த, க, । தி, கு, த, தி, கி, ண, தொம்,

கிடதகதரிகிடதொம்; , கிடதகதரிகிடதொம்; , கிடதகதரிகிடதொம்; , ॥

65.   **tALam: Adi**   **kalai: 2**   **(trikAlam/3 speed)**

(jam ; taritatana ta, ri, ta, na, jam ; ta, ri, ta, na, taritatana |

jam ; taritatana, tanatajonu, jonutatimi, timita takumtari kiTataka ||) **3 speeds**

(jam ; taritatana ta, ri, ta, na, tA ; ; ; takumtarikiTataka |) x2

jam ; taritatana ta, ri, ta, na ; taritatana tanatajonu jonutatimi |

jam ; taritatana ta, na, jo, nu, (tarita tanata tarita tanata jonuta timita) **tisra nadai** ||

jam ; taritatA ; , tarita tA jamjam, tarita tai ; ; tarita tai, |

jam; taritatA jamjam, taritatai, tarita tanata jonu ; taritanajonu ||

jam; tarita jam, tarita jam, tari kiTatakatarikiTatom,

kiTatakatarikiTatom, kiTataka | tarikiTatom, kiTatakatarikiTatom, ; ;

jam; tarita jam, tarita jam, tari kiTatakata||rikiTatom,

kiTatakatarikiTatom, kiTatakatarikiTatom, kiTatakatarikiTatom, ; ;

jam; tarita jam, | tarita jam, tari kiTatakatarikiTatom,

kiTatakatarikiTatom, kiTatakatarikiTatom, kiTatakatarikiTatom, ||

65. தாளம்: ஆதி கலை: 2 (திரிகாலம்)

(ஜம்; தரிததன த, ரி, த, ன, ஜம்; த, ரி, த, ன, தரிததன ।
ஜம்; தரிததன, தனதஜொனு, ஜொனுததிமி, திமித தகும்தரி கிடதக ॥) 3 காலம்

(ஜம்; தரிததன த, ரி, த, ன, தா; ; ; தகும்தரிகிடதக ।) x2
ஜம்; தரிததன த, ரி, த, ன; தரிததன தனதஜொனு ஜொனுததிமி ।
ஜம்; தரிததன த, ன, ஜொ, னு, (தரித தனத தரித தனத ஜொனுத திமித) திஸ்ர நடை ॥
ஜம்; தரிததா; , தரித தா ஜம்ஜம், தரித தை; ; தரித தை, ।
ஜம்; தரிததா ஜம்ஜம், தரிததை, தரித தனத ஜொனு; தரிதனஜொனு ॥

ஜம்; தரித ஜம், தரித ஜம், தரி கிடதகதரிகிடதொம்,
கிடதகதரிகிடதொம், கிடதக । தரிகிடதொம், கிடதகதரிகிடதொம், ; ;
ஜம்; தரித ஜம், தரித ஜம், தரி கிடதகத ॥ ரிகிடதொம்,
கிடதகதரிகிடதொம், கிடதகதரிகிடதொம், கிடதகதரிகிடதொம், ; ;
ஜம்; தரித ஜம், । தரித ஜம், தரி கிடதகதரிகிடதொம்,
கிடதகதரிகிடதொம், கிடதகதரிகிடதொம், கிடதகதரிகிடதொம், ॥

66.   tALam: Adi   kalai: 2   (trikAlam/3 speed)

(tat, tit, tA takatajam, tajam, tit, tA takatajam, tAjam, tajam,

tA | takatajam, ta, jam ; ta, nam ; ta, rum ; takumtari kukumtari kiTataka ||) **3 speeds**

tat, tit, tA takatajam, tajam, ta, jam, tajam, takum, tari, kiTa, taka |

takatit, tA takatajam, tajam, ta, jam, tajam, takum, tari, kiTa, taka ||

tat, tit, tA takatajam, tajam ; , takatit, tA takatajam, tajam ; , |

tisra nadai (ta, jam, tari takajam, tari takumtari kukumtari kiTataka) ||

jam, tajam, ta, jam, tarıkıTataka – takatajam, takajam, tarıkıTataka

(after 3 aksharAs)

jam, tarikiTataka | nam, tarikiTataka (giNatom tigiNatom tatigiNatom) **tisram**   ; ;

jam, tari || kiTataka nam, tarikiTataka (giNatom tigiNatom tatigiNatom) **tisram**   ; ; |

jam, tarikiTataka nam, tarikiTataka (giNatom tigiNatom tatigiNatom) **tisram** ||

66. தாளம்: ஆதி கலை: 2   (திரிகாலம்)

(தத், தித், தா தகதஜம், தஜம், தித், தா தகதஜம், தாஜம், தஜம்,

தா । தகதஜம், த, ஜம்; த, னம்; த, ரும்; தகும்தரி குகும்தரி கிடதக ॥) 3 காலம்

தத், தித், தா தகதஜம், தஜம், த, ஜம், தஜம், தகும், தரி, கிட, தக ।

தகதித், தா தகதஜம், தஜம், த, ஜம், தஜம், தகும், தரி, கிட, தக ॥

தத், தித், தா தகதஜம், தஜம்; , தகதித், தா தகதஜம், தஜம்; , ।

திஸ்ர நடை (தஜ், ஜம், தரி தகஜம், தரி தகும்தரி குகும்தரி கிடதக) ॥

ஜம், தஜம், த, ஜம், தரிகிடதக - தகதஜம், தகஜம், தரிகிடதக

(3 அட்சரம் தள்ளி)

ஜம், தரிகிடதக । நம், தரிகிடதக

(கிணதொம் திங்கிணதொம் ததிங்கிணதொம்) திஸ்ரம் ; ;

ஜம், தரி ॥ கிடதக நம், தரிகிடதக

(கிணதொம் திங்கிணதொம் ததிங்கிணதொம்) திஸ்ரம் ; ; ।

ஜம், தரிகிடதக நம், தரிகிடதக

(கிணதொம் திங்கிணதொம் ததிங்கிணதொம்) திஸ்ரம் ॥

67.   tALam: Adi   kalai: 2   (trikAlam/3 speed)

(tat, tit, tarikiTa takajonu takajam, takanam, takarum, takumtarikiTataka |
takatit, tarikiTa takajonu takajam, takanam, takarum, takumtarikiTataka ||) **3 speeds**

tat, tit, tarikiTa takajonu takajam, tA ; takanam, tai ; , tarikiTa |
takatit, tarikiTa takajonu takajam, tA ; takanam, tai ; , tarikiTa ||

tat, tit, tarikiTa takajam, - taka tit, tarikiTa takajam, tA takajam, tA | ;
ta, ti, gi, Na, tom, - ta, ti, gi, Na, tom, - ta, ti, gi, Na, tom, ||

tat, tit, tarikiTa takajam, - taka tit, tarikiTa takajam, tA takajam, tA | ;
ta, ti, gi, Na, tom, - ta, ti, gi, Na, tom, - ta, ti, gi, Na, tom, ||

tat, tit, tarikiTa takajam, - taka tit, tarikiTa takajam, tA takajam, tA | ;
ta, ti, gi, Na, tom, - ta, ti, gi, Na, tom, - ta, ti, gi, Na, tom, ||

67. தாளம்: ஆதி கலை: 2 (திரிகாலம்)

(தத், தித், தரிகிட தகஜொனு தகஜம், தகநம், தகரும், தகும்தரிகிடதக ।
தகதித், தரிகிட தகஜொனு தகஜம், தகநம், தகரும், தகும்தரிகிடதக ‖) 3 காலம்

தத், தித், தரிகிட தகஜொனு தகஜம், தா; தகநம், தை; , தரிகிட ।
தகதித், தரிகிட தகஜொனு தகஜம், தா; தகநம், தை; , தரிகிட ‖

தத், தித், தரிகிட தகஜம், - தகதித், தரிகிட தகஜம், தா தகஜம், தா । ;
த, தி, கி, ண, தொம், - த, தி, கி, ண, தொம், - த, தி, கி, ண, தொம், ‖

தத், தித், தரிகிட தகஜம், - தகதித், தரிகிட தகஜம், தா தகஜம், தா । ;
த, தி, கி, ண, தொம், - த, தி, கி, ண, தொம், - த, தி, கி, ண, தொம், ‖

தத், தித், தரிகிட தகஜம், - தகதித், தரிகிட தகஜம், தா தகஜம், தா । ;
த, தி, கி, ண, தொம், - த, தி, கி, ண, தொம், - த, தி, கி, ண, தொம், ‖

68.   tALam: Adi   kalai: 2   (trikAlam/3 speed)

(jam ; tajam ; tarikiTa takajonu tajam, tarita tanam, tarita tatimitaka |

jam ; tajam ; tarikiTa takajonu tajam, tarita tanam, tarita tatimitaka ||) **3 speeds**

jam ; tajam ; tarikiTa takajonuta – jam ; tajam ; , tarikiTa takatimita |

(after 4 aksharAs)

jam, tajam, tajam, tA, - ta, ti, gi, Na, tom, tatigiNatom

jam, tajam, ta || jam, tai; - ta, ka, ta, ti, gi, Na, tom, taka tatigiNatom

jam, tajam, ta | jam, tA, - ta, ka, ti, ku, ta, ti, gi, Na, tom, takatiku tatigiNatom ||

68. தாளம்: ஆதி கலை: 2 (திரிகாலம்)

(ஜம்; தஜம்; தரிகிட தகஜொனு தஜம், தரித தனம், தரித ததிமிதக ।

ஜம்; தஜம்; தரிகிட தகஜொனு தஜம், தரித தனம், தரித ததிமிதக ॥) **3 காலம்**

ஜம்; தஜம்; தரிகிட தகஜொனுத - ஜம்; தஜம்; தரிகிட தகதிமித ।

(4 அட்சரம் தள்ளி)

ஜம், தஜம், தஜம், தா, த, தி, கி, ண, தொம், ததிகிணதொம்

ஜம், தஜம், த ॥ ஜம், தை; த, க, த, தி, கி, ண, தொம், தக ததிகிணதொம்

ஜம், தஜம், த । ஜம், தா, த, க, தி, கு, த, தி, கி, ண, தொம், தகதிகுததிகிணதொம் ॥

rUpaka tALa jatis

69. **tALam: rUpakam** **kalai: 2** **Avartanam: 4**

tAhatajam, tari jam, tarijakatari jam, taritA ; ||

tatahatajam, tari jam, tarijakatari jakataritai ; , ||

tA, tajam, kıTatakatarıkıTatom ; ,

tA, tajam, ta, jam, kıTataka || tarıkıTatom ; ,

tA, tajam, ta, jam, ta, nam, kıTatakatarıkıTatom ; , ||

ரூபக தாள ஜதிகள்

69. தாளம்: ரூபகம்   கலை: 2   ஆவர்தனம்: 4

தாஹதஜம், தரி ஜம், தரிஜகதரி ஜம், தரிதா; ||
ததஹதஜம், தரி ஜம், தரிஜகதரி ஜகதரிதை; , ||

தா, தஜம், கிடதகதரிகிடதொம்; ,
தா, தஜம், தஜ், ஜம், கிடதக || தரிகிடதொம்; ,
தா, தஜம், தஜ், ஜம், த, னம், கிடதகதரிகிடதொம்; , ||

70.   tALam: rUpakam   kalai: 2   Avartanam: 4

tAhatajam, tAhatajam, tari tAhatajam, taritA ||

tatahatajam, tatahatajam, tari tatahatajam, taritai, ||

tAhatajam, kıTatakatarıkıTatom ; ,

tAhatajam, tari tA kıTataka || tarıkıTatom ; ,

tAhatajam, taritA takatiku kıTatakatarıkıTatom ; , ||

70. தாளம்: ரூபகம்   கலை: 2   ஆவர்தனம்: 4

தாஹதஜம், தாஹதஜம், தரி தாஹதஜம், தரிதா ॥
ததஹதஜம், ததஹதஜம், தரி ததஹதஜம், தரிதை, ॥

தாஹதஜம், கிடதகதரிகிடதொம்; ,
தாஹதஜம், தரி தா கிடதக ॥ தரிகிடதொம்; ,
தாஹதஜம், தரிதா தகதிகு கிடதகதரிகிடதொம்; , ॥

71. tALam: rUpakam kalai: 2 Avartanam: 5

tat, tit, dinakiTa tit, dinakiTa dinakiTa takajam ; , ||

takatit, dinakiTa tit, dinakiTa dinakiTa takajam ; , ||

tat, tit, dinakiTa takajam ; , takatit, dinakiTa taka || jam ; ,

(after 1/2 aksharAs)

dinakiTajam, kıTatakatarıkıTatom ; , tA ;

dinakiTa || jam, kıTatakatarıkıTatom ; , tai ; ,

dinakiTajam, kıTatakatarıkıTatom ; , ||

71. தாளம்: ரூபகம்   கலை: 2   ஆவர்தனம்: 5

தத், தித், தினகிட தித், தினகிட தினகிட தகஜம்; , ||
தகதித், தினகிட தித், தினகிட தினகிட தகஜம்; , ||

தத், தித், தினகிட தகஜம்; , தகதித், தினகிட தக || ஜம்; ,

(1/2 அட்சரம் தள்ளி)

தினகிடஜம், கிடதகதரிகிடதொம்; ,   தா;
தினகிட || ஜம், கிடதகதரிகிடதொம்; ,   தை; ,
தினகிடஜம், கிடதகதரிகிடதொம்; , ||

72. tALam: rUpakam kalai: 2 Avartanam: 5

jam, tarikiTa takata jam, tajam, tarikiTataka tA ; ||

jam, tarikiTa takata nam, tanam, tarikiTataka tai ; , ||

jam, tarikiTa takatajam, tajam, - jam, tarikiTa takatanam || , tanam,

(after 1/2 aksharAs)

jam, tarikiTa kıTatakatarıkıTatom ; , ; ;

jam, tari || kiTa kıTatakatarıkıTatom ; , ; ;

jam, tarikiTa kıTatakatarıkıTatom ; , ||

72. தாளம்: ரூபகம் கலை: 2 ஆவர்தனம்: 5

ஜம், தரிகிட தகத ஜம், தஜம், தரிகிடதக தா; ॥

ஜம், தரிகிட தகத நம், தனம், தரிகிடதக தை; , ॥

ஜம், தரிகிட தகதஜம், தஜம், - ஜம், தரிகிட தகதநம் ॥ , தனம்,

(1/2 அட்சரம் தள்ளி)

ஜம், தரிகிட கிடதகதரிகிடதொம்; , ; ;

ஜம், தரி ॥ கிட கிடதகதரிகிடதொம்; , ; ;

ஜம், தரிகிட கிடதகதரிகிடதொம்; , ॥

73. tALam: rUpakam kalai: 2 Avartanam: 5

ta, keti ketijam, tataketi jam, ketijam, kıTatakatarıkıTatom ; , ||

tataketi ketijam, tataketi jam, ketijam, kıTatakatarıkıTatom ; , ||

ta, keti ketijam, kıTatakatarıkıTatom ; ,

tataketi ketijam, kıTataka || tarıkıTatom ; ,

(after 1/2 aksharAs)

ketijam, tarıkıTatom ; , ; ;

ta, ketijam, kıTataka || tarıkıTatom ; , ; ;

ta, keti ketijam, tA kıTatakatarıkıTatom ; , ||

73. தாளம்: ரூபகம் கலை: 2 ஆவர்தனம்: 5

தக், கெதி கெதிஜம், ததகெதி ஜம், கெதிஜம், கிடதககதரிகிடதொம்; , ||

ததகெதி கெதிஜம், ததகெதி ஜம், கெதிஜம், கிடதககதரிகிடதொம்; , ||

தக், கெதி கெதிஜம், கிடதககதரிகிடதொம்; ,

ததகெதி கெதிஜம், கிடதக || தரிகிடதொம்; ,

(1/2 அட்சரம் தள்ளி)

கெதிஜம், தரிகிடதொம்; , ; ;

தக், கெதிஜம், கிடதக || தரிகிடதொம்; , ; ;

தக், கெதி கெதிஜம், தா கிடதககதரிகிடதொம்; , ||

74. **tALam: rUpakam** **kalai: 2** **Avartanam: 5**

ta, keti ketijam ; , keti ketijam, takumtarikiTataka ||

takaketi ketijam ; , keti ketijam, takumtarikiTataka ||

ta, keti ketijam, takumtarikiTataka

takaketi ketijam, || takumtarikiTataka

(after 1 aksharA)

ta, ketijam, tatIgiNatom ;

ta, || ketijam, tatIgiNatom ;

ta, ketijam, tatIgiNatom ||

74. தாளம்: ரூபகம்   கலை: 2   ஆவர்தனம்: 5

தக், கெதி கெதிஜம்; , கெதி கெதிஜம், தகும்தரிகிடதக ‖
தககெதி கெதிஜம்; , கெதி கெதிஜம், தகும்தரிகிடதக ‖

தக், கெதி கெதிஜம், தகும்தரிகிடதக
தககெதி கெதிஜம், ‖ தகும்தரிகிடதக

(1 அட்சரம் தள்ளி)

தக், கெதிஜம், ததீங்கிணதொம் ;
தக், ‖ கெதிஜம், ததீங்கிணதொம் ;
தக், கெதிஜம், ததீங்கிணதொம் ‖

75.   **tALam: rUpakam**   **kalai: 2**   **Avartanam: 5**

tarIta tanatana taritana tanajonu jonutimi timikiTa ||

tana, ta jonujonu jonutimi timikiTa timikiTa kiTataka ||

tarIta tanatana taritana – tana, ta jonujonu jonutimi ||

tarIta tana taritana tatIgiNatom

tana, ta jonu jonu || timi tatIgiNatom

jonu, ta timi timikiTa tatIgiNatom ||

75. தாளம்: ரூபகம்   கலை: 2   ஆவர்தனம்: 5

தரீத தனதன தரிதன தனஜொனு ஜொனுதிமி திமிகிட ||
தன, த ஜொனுஜொனு ஜொனுதிமி திமிகிட திமிகிட கிடதக ||

தரீத தனதன தரிதன - தன, த ஜொனுஜொனு ஜொனுதிமி ||

தரீத தன தரிதன ததீங்கிணதொம்
தன, த ஜொனு ஜொனு || திமி ததீங்கிணதொம்
ஜொனு, த திமி திமிகிட ததீங்கிணதொம் ||

76. **tALam: rUpakam** **kalai: 2** **Avartanam: 5**

tat, tit, tari, ta, jam, taritari tatana tajonu tatimi ||

takatit, tari, ta, jam, taritari tatana tajonu tatimi ||

tat, tit, tari, ta, jam, taritari – takatit, tari, ta, || jam, tanatana

(after 3/4 aksharAs)

tajam, ta, jam, ta, ti, giNatom

tajam, ta ||, jam, ta, ti, giNatom

tajam, ta, jam, ta, ti, giNatom ||

76. தாளம்: ரூபகம்   கலை: 2   ஆவர்தனம்: 5

தத், தித், தரி, தஜ், ஜம், தரிதரி ததன தஜொனு ததிமி ‖

தகதித், தரி, தஜ், ஜம், தரிதரி ததன தஜொனு ததிமி ‖

தத், தித், தரி, தஜ், ஜம், தரிதரி - தகதித், தரி, தஜ், ‖ ஜம், தனதன

(3/4 அட்சரம் தள்ளி)

தஜம், தஜ், ஜம், த, திங், கிணதொம்

தஜம், தஜ் ‖ , ஜம், த, திங், கிணதொம்

தஜம், தஜ், ஜம், த, திங், கிணதொம் ‖

77.   tALam: rUpakam   kalai: 2   Avartanam: 6

tAkujEku tatakujEku takajam, tari takanam, tari ||

tatakujEku tAkujEku takajam, tari takanam, tari ||

tAkujEku takajam, tari – tatakujEku takanam, tari ||

takajam, tari kiTatakatarikiTatom ; , $\overline{\text{kiTatakatarıkıTatom}}$; , ||

takajam, tari kiTatakatarikiTatom ; , $\overline{\text{kiTatakatarıkıTatom}}$; , ||

takajam, tari kiTatakatarikiTatom ; , $\overline{\text{kiTatakatarıkıTatom}}$; , ||

77. தாளம்: ரூபகம்   கலை: 2   ஆவர்தனம்: 6

தாகுஜேகு ததகுஜேகு தகஜம், தரி தகநம், தரி ॥
ததகுஜேகு தாகுஜேகு தகஜம், தரி தகநம், தரி ॥

தாகுஜேகு தகஜம், தரி - ததகுஜேகு தகநம், தரி ॥

தகஜம், தரி கிடதகதரிகிடதொம்; , கிடதகதரிகிடதொம்; , ॥
தகஜம், தரி கிடதகதரிகிடதொம்; , கிடதகதரிகிடதொம்; , ॥
தகஜம், தரி கிடதகதரிகிடதொம்; , கிடதகதரிகிடதொம்; , ॥

78. tALam: rUpakam   kalai: 2   Avartanam: 6

tom, tari ta, jam ; , toka ta, jam ; , tarikiTataka ||

tokatari ta, jam ; , toka ta, jam ; , tarikiTataka ||

tom, tari ta, jam, tarikiTa – tokatari takajam, tarikiTa ||

tom, tari ta, jam, tari tarıkıTatom ; , ; tarıkıTatom ; ,

tom, tari || ta, jam, tari kıTatakatarıkıTatom ; , ; kıTatakatarıkıTatom ; ,

tom, tari || ta, jam, tari tA kıTatakatarıkıTatom ; , ; tAkıTatakatarıkıTatom ; , ||

78. தாளம்: ரூபகம் கலை: 2 ஆவர்தனம்: 6

தொம், தரி தஜ், ஜம்; , தொக தஜ், ஜம்; , தரிகிடதக ॥

தொகதரி தஜ், ஜம்; , தொக தஜ், ஜம்; , தரிகிடதக ॥

தொம், தரி தஜ், ஜம், தரிகிட - தொகதரி தகஜம், தரிகிட ॥

தொம், தரி தஜ், ஜம், தரி தரிகிடதொம்; , ; தரிகிடதொம்; ,

தொம், தரி ॥ தஜ், ஜம், தரி கிடதகதரிகிடதொம்; , ; கிடதகதரிகிடதொம்; ,

தொம், தரி ॥ தஜ், ஜம், தரி தா கிடதகதரிகிடதொம்; , ; தா கிடதகதரிகிடதொம்; , ॥

79. tALam: rUpakam kalai: 2 Avartanam: 6

tarIta tanatana tA ; tarIta tana, ta taritana ||

tana, ta jonujonu tai ; , tana, ta jonu, ta jonutimi ||

tarIta tanatana tA ; - tana, ta jonujonu tai ; , ||

tarIta tanatana kıTatakatA ; tarıkıTatom ; , kıTatakatarıkıTatom ; ,

tana || , ta jonujonu kıTatakatA ; tarıkıTatom ; , tA kıTatakatarıkıTatom ; ,

jonu || , ta timitimi kıTatakatA ; tarıkıTatom ; , takatiku kıTatakatarıkıTatom ;, ||

79. தாளம்: ரூபகம்   கலை: 2   ஆவர்தனம்: 6

தரீத தனதன தா; தரீத தன, த தரிதன ||
தன, த ஜொனுஜொனு தை;, தன, த ஜொனு, த ஜொனுதிமி ||

தரீத தனதன தா; - தன, த ஜொனுஜொனு தை;, ||

தரீத தனதன கிடதகதா; தரிகிடதொம்;, கிடதகதரிகிடதொம்;,
தன ||, த ஜொனுஜொனு கிடதகதா; தரிகிடதொம்;, தா கிடதகதரிகிடதொம்;,
ஜொனு ||, த திமிதிமி கிடதகதா; தரிகிடதொம்;, தகதிகு கிடதகதரிகிடதொம்;, ||

80. tALam: rUpakam kalai: 2 Avartanam: 6

tat, tadIgu taka takatadIgu taka tadIgu tA kıTataka ||

takatadIgu taka nakatadIgu taka tadIgu tai, kıTataka ||

tat, tadIgu taka tA kıTataka – takatadIgu taka tai, kıTataka ||

tadIgu tA tadIgu tai, tA kıTatakatarıkıTatom ; , ; ; || ;

tadIgu tA tadIgu tai, tA kıTatakatarıkıTatom ; , ; || ; ;

tadIgu tA tadIgu tai, tA kıTatakatarıkıTatom ; , ||

80. தாளம்: ரூபகம் கலை: 2 ஆவர்தனம்: 6

தத், தடீங்கு தக தகதடீங்கு தக தடீங்கு தா கிடதக ॥

தகதடீங்கு தக நகதடீங்கு தக தடீங்கு தை, கிடதக ॥

தத், தடீங்கு தக தா கிடதக - தகதடீங்கு தக தை, கிடதக ॥

தடீங்கு தா தடீங்கு தை, தா கிடதகதரிகிடதொம்; , ; ; ॥ ;

தடீங்கு தா தடீங்கு தை, தா கிடதகதரிகிடதொம்; , ; ॥ ; ;

தடீங்கு தா தடீங்கு தை, தா கிடதகதரிகிடதொம்; , ॥

81.   tALam: rUpakam   kalai: 2   Avartanam: 6

ta, kinAgutaka kinAgutaka kinAgu takajam ; , ||

taka kinAgutaka kinAgutaka kinAgu takajam ; , ||

ta, kinAgu takajam ; , taka kinAgu takajam ; , ||

ta, kinAgutaka giNatom, kıTatakatarıkıTatom ; ,

taka kinAgu || kinAgutaka giNatom, tA kıTatakatarıkıTatom ; ,

ta, kinAgu || kinAgu kinAgutaka giNatom, takatiku kıTatakatarıkıTatom ; , ||

81. தாளம்: ரூபகம்   கலை: 2   ஆவர்தனம்: 6

தக், கினாங்குதக கினாங்குதக கினாங்கு தகஜம்; , ||
தக கினாங்குதக கினாங்குதக கினாங்கு தகஜம்; , ||
தக், கினாங்கு தகஜம்; , தக கினாங்கு தகஜம்; , ||

தக், கினாங்குதக கிணதொம், கிடதகதரிகிடதொம்; ,
தக கினாங்கு || கினாங்குதக கிணதொம், தா கிடதகதரிகிடதொம்; ,
தக், கினாங்கு || கினாங்கு கினாங்குதக கிணதொம், தகதிகு கிடதகதரிகிடதொம்; , ||

82. tALam: rUpakam   kalai: 2   Avartanam: 9

tom, tari taritakajonu tat, ta, jam, taritaka tA ; ||

tokatari taritakajonu takata, jam, taritaka tai ; , ||

tom, tari taritakajonu tA ; - tokatari taritakajonu || tai ; ,

(after 1/2 aksharA)

taritakajonu ta, ti, gi, Na, tom ; , kıTataka || tarıkıTatom ; ,

kıTatakatarıkıTatom ; , kıTatakatarıkıTatom ; ,   ; ;

taritaka || jonu ta, tI ; gi, Na, tom ; , tA kıTatakatarıkıTatom ; , ||

tA kıTatakatarıkıTatom ; , tA kıTatakatarıkıTatom ; ,   ; ;

taritaka || jonu ta ; , ti ; , gi, Na, tom ; , takatiku kıTataka||tarıkıTatom ; ,

takatiku kıTatakatarıkıTatom ; , takatiku kıTatakatarıkıTatom ; , ||

82. தாளம்: ரூபகம்   கலை: 2   ஆவர்தனம்: 9

தொம், தரி தரிதகஜொனு தத், தஜ், ஜம், தரிதக தா; ||
தொகதரி தரிதகஜொனு தகதஜ், ஜம், தரிதக தை; , ||

தொம், தரி தரிதகஜொனு தா; - தொகதரி தரிதகஜொனு || தை; ,

(1/2 அட்சரம் தள்ளி)

தரிதகஜொனு த, திங், கி, ண, தொம்; , கிடதக || தரிகிடதொம்; ,
கிடதகதரிகிடதொம்; , கிடதகதரிகிடதொம்; , ; ;

தரிதக || ஜொனு த, தீங்; கி, ண, தொம்; , தா கிடதகதரிகிடதொம்; , ||
தா கிடதகதரிகிடதொம்; , தா கிடதகதரிகிடதொம்; , ; ;

தரிதக || ஜொனு த; , திங்; , கி, ண, தொம்; , தகதிகு கிடதக || தரிகிடதொம்; ,
தகதிகு கிடதகதரிகிடதொம்; , தகதிகு கிடதகதரிகிடதொம்; , ||

83. tALam: rUpakam kalai: 2 Avartanam: 9

ta, kina kinajam, tatakinajam, kinajam, takajam, tari || ;

takanam, tari ; takarum, tari ; takumtarikiTa ||

tatakina kinajam, ta, kinajam, kinajam, takajam, tari || ;

takanam, tari ; takarum, tari ; takumtarikiTa ||

ta, kina kinajam, takajam, tari takanam, tarikiTataka ||

tatakina kinajam, takajam, tari takanam, tarikiTataka ||

ta, kina kinajam, takajam, - tatakina kinajam, takajam, ||

ta, kina kinajam ; , kıTatakatarıkıTatom ; ,

tatakinajam ; ,|| tA kıTatakatarıkıTatom ; ,

kinajam ; , takatiku kıTatakatarıkıTatom ; , ||

83. தாளம்: ரூபகம்   கலை: 2   ஆவர்தனம்: 9

தக், கின கினஜம், ததகினஜம், கினஜம், தகஜம், தரி ‖ ;
தகநம், தரி; தகரும், தரி; தகும்தரிகிட ‖
ததகின கினஜம், தக், கினஜம், கினஜம், தகஜம், தரி ‖ ;
தகநம், தரி; தகரும், தரி; தகும்தரிகிட ‖

தக், கின கினஜம், தகஜம், தரி தகநம், தரிகிடதக ‖
ததகின கினஜம், தகஜம், தரி தகநம், தரிகிடதக ‖

தக், கின கினஜம், தகஜம், - ததகின கினஜம், தகஜம், ‖

தக், கின கினஜம்; , கிடதகதரிகிடதொம்; ,
ததகினஜம்; , ‖ தா கிடதகதரிகிடதொம்; ,
கினஜம்; , தகதிகு கிடதகதரிகிடதொம்; , ‖

84.   tALam: rUpakam   kalai: 2   Avartanam: 12

tat, tarItajam, tarItajam, tatajam, taritajam, ta || tari

tanatajam, tatana jonutajam, tatari tatana tajonu ||

takatarItajam, tarItajam, tatajam, taritajam, ta || tari

tanatajam, tatana jonutajam, tatari tatana tajonu ||

tat, tarItajam, tarItajam, tatajam, tatari tatana ||

takatarItajam, tarItajam, tatajam, tatari tatana ||

tat, tarItajam, tatari – takatarItajam, tatana

tat, || tarItajam, tatari tarıkıTatom ; , kıTatakatarıkıTatom ; ,

tA kıTatakatarı || kıTatom ; ,   ; ;

tat, tarItajam, tatari tatana kıTatakatarı || kıTatom ; , tA kıTatakatarıkıTatom ; ,

takatiku kıTatakatarıkıTatom ; ,   ; , || ,

tat, tarItajam, tatari tatana tajonu tA kıTatakatarıkıTa || tom ; , takatiku kıTatakatarıkıTatom ; ,

takatikutaka kıTatakatarıkıTatom ; , ||

84. தாளம்: ரூபகம் கலை: 2 ஆவர்தனம்: 12

தத், தரீதஜம், தரீதஜம், ததஜம், தரிதஜம், த ॥ தரி
தனதஜம், ததன ஜொனுதஜம், ததரி ததன தஜொனு ॥
தகதரீதஜம், தரீதஜம், ததஜம், தரிதஜம், த ॥ தரி
தனதஜம், ததன ஜொனுதஜம், ததரி ததன தஜொனு ॥

தத், தரீதஜம், தரீதஜம், ததஜம், ததரி ததன ॥
தகதரீதஜம், தரீதஜம், ததஜம், ததரி ததன ॥
தத், தரீதஜம், ததரி - தகதரீதஜம், ததன

தத், ॥ தரீதஜம், ததரி தரிகிடதொம்; , கிடதகதரிகிடதொம்; ,
தா கிடதகதரி || கிடதொம்; , ; ;
தத், தரீதஜம், ததரி ததன கிடதகதரி || கிடதொம்; , தா கிடதகதரிகிடதொம்; ,
தகதிகு கிடதகதரிகிடதொம்; , ; , ॥ ,
தத், தரீதஜம், ததரி ததன தஜொனு தா கிடதகதரிகிட || தொம்; ,
தகதிகு கிடதகதரிகிடதொம்; , தகதிகுதக கிடதகதரிகிடதொம்; , ॥

85. tALam: rUpakam kalai: 2 Avartanam: 13

(tat, tari tat, tana ta ; ri ; tA tari, tA tatana ||

tana, tA tajonu jonu, tA tatimi takumtari kiTataka ||) x2

tat, tari tat, tana ta ; ri ; tA tari, tA tatana || tat, ta, jam ; ,

takatari tat, tana ta ; ri ; tai, || tari, tai, tatana takata, jam ; ,

tat, tari tat, tana || tat, ta, jam ; , - takatari tat, tana takata, jam ; , ||

tat, tari tat, tana tata, jam, tata, nam ;

kıTatakatarıkıTatom, || kıTatakatarıkıTatom, kıTatakatarıkıTatom,

tat, tari tat, tana tata, jam, ta || ta, nam ;

tA kıTatakatarıkıTatom, tA kıTatakatarıkıTatom, tA kıTatakatarı || kıTatom,

tat, tari tat, tana tata, jam, tata, nam ;

takati || ku kıTatakatarıkıTatom, takatiku kıTatakatarıkıTatom,

takatiku kıTatakatarıkıTatom, ||

85. தாளம்: ரூபகம்   கலை: 2   ஆவர்தனம்: 13

(தத், தரி தத், தன த; ரி; தா தரி, தா ததன ॥

தன, தா தஜொனு ஜொனு, தா ததிமி தகும்தரி கிடதக ॥) x2

தத், தரி தத், தன த; ரி; தா தரி, தா ததன ॥ தத், தஜ், ஐம்; ,

தகதரி தத், தன த; ரி; தை, ॥ தரி, தை, ததன தகதஜ், ஐம்; ,

தத், தரி தத், தன ॥ தத், தஜ், ஐம்; , - தகதரி தத், தன தகதஜ், ஐம்; , ॥

தத், தரி தத், தன தத, ஐம், தத, நம்;

கிடதகதரிகிடதொம், ॥ கிடதகதரிகிடதொம், கிடதகதரிகிடதொம்,

தத், தரி தத், தன தத, ஐம், த ॥ த, நம்;

தா கிடதகதரிகிடதொம், தா கிடதகதரிகிடதொம், தா கிடதகதரி ॥ கிடதொம்,

தத், தரி தத், தன தத, ஐம், தத, நம்;

தகதி ॥ கு கிடதகதரிகிடதொம், தகதிகு கிடதகதரிகிடதொம்,

தகதிகு கிடதகதரிகிடதொம், ॥

86. tALam: rUpakam   kalai: 2   Avartanam: 14

(tom, tari tatana tokatari tajonu tat, ta, ri, tA ; ||

tat, ta, na, tA ; ta, jo, nu, tA ; ; ; ||) x2

tom, tari tatana tat, ta, ri, tA, tatari tA tatana ||

tokatari tajonu tat, ta, ri, tai ; tatari tai, tatana ||

tom, tari tatana tat, ta, ri, tA, - tokatari tajonu tat ||, ta, ri, tai ;

tom, tari tatana tajonu – tokatari tata || na tajonu

(after 1/2 aksharAs)

tom, tari jakatari janajana kukumtari kukumtari || kiTa

tarıkıTatom ;, tarıkıTatom ;, tarıkıTatom ;, ; ; ; ; (takatakiTa) ||

tom, tari jakatari janajana kukumtari kukumtarikiTa

kıTataka || tarıkıTatom ;, kıTatakatarıkıTatom ;,

kıTatakatarıkıTatom ;, ; ; ; ; || ; (takatakiTa)

tom, tari jakatari janajana kukumtari kukumtarikiTa ||

tA kıTatakatarıkıTatom ;, tA kıTatakatarıkıTatom ;, tA kıTatakatarıkıTatom ;, ||

86. தாளம்: ரூபகம்   கலை: 2   ஆவர்தனம்: 14

(தொம், தரி ததன தொகதரி தஜொனு தத், த, ரி, தா; ॥

தத், த, ன, தா; தஜ், ஜொ, னு, தா; ; ; ॥) x2

தொம், தரி ததன தத், த, ரி, தா, ததரி தா ததன ॥

தொகதரி தஜொனு தத், த, ரி, தை; ததரி தை, ததன ॥

தொம், தரி ததன தத், த, ரி, தா, - தொகதரி தஜொனு தத் ॥ , த, ரி, தை;

தொம், தரி ததன தஜொனு - தொகதரி தத ॥ ன தஜொனு

(1/2 அட்சரம் தள்ளி)

தொம், தரி ஜகதரி ஜனஜன குகும்தரி குகும்தரி ॥ கிட

<u>தரிகிடதொம்</u>;, <u>தரிகிடதொம்</u>;, <u>தரிகிடதொம்</u>;,   ; ; ; ; (தகதகிட) ॥

தொம், தரி ஜகதரி ஜனஜன குகும்தரி குகும்தரிகிட

<u>கிடதக</u>॥தரிகிடதொம்;, கிடதகதரிகிடதொம்;,

கிடதகதரிகிடதொம்;,   ; ; ; ; (தகதகிட)

தொம், தரி ஜகதரி ஜனஜன குகும்தரி குகும்தரிகிட ॥

தா <u>கிடதகதரிகிடதொம்</u>;, தா <u>கிடதகதரிகிடதொம்</u>;, தா <u>கிடதகதரிகிடதொம்</u>;, ॥

rUpaka tALam – tisra nadai jatis

87. tALam: rUpakam kalai: 2 Avartanam: 5 (tisra nadai)

tat, ta, ge, tın, tAhatajam, tari ȷam, tarı ȷakatarı tA ; ||

takata, ge, tın, tatahatajam, tari ȷanaȷana kukumtarı taı ; , ||

tat, ta, ge, tın, tAhatajam, tari – takata, ge, tın, tata || hatajam, tari

ȷam, tarı tatIgiNatom

ȷam, tarı ȷakatarı || tatIgiNatom

ȷam, tarı ȷakatarı kukumtarı tatIgiNatom ||

(Or)

ȷam, tarı ȷakatarı tatigiNatom

ȷam, tarı ȷaka || tarı tatIgiNatom

ȷam, tarı ȷakatarı ta, ti, giNatom ||

ரூபக தாளம் திஸ்ர நடை ஜதிகள்

87. தாளம்: ரூபகம் கலை: 2 ஆவர்தனம்: 5 (திஸ்ர நடை)

தத்,தக்,கெத்,தின், தாஹதஜம், தரி ஜம்,தரி ஜகதரி தா; ||

தகதக்,கெத்,தின், ததஹதஜம், தரி ஜனஜன குகும்தரி தை; , ||

தத்,தக்,கெத்,தின், தாஹதஜம், தரி - தகதக்,கெத்,தின், தத || ஹதஜம், தரி

ஜம்,தரி ததீங்கிணதொம்

ஜம்,தரி ஜகதரி || ததீங்கிணதொம்

ஜம்,தரி ஜகதரி குகும்தரி ததீங்கிணதொம் ||

(அல்லது)

ஜம்,தரி ஜகதரி ததிங்கிணதொம்

ஜம்,தரி ஜக || தரி ததீங்கிணதொம்

ஜம்,தரி ஜகதரி த, திங், கிணதொம் ||

88. tALam: rUpakam kalai: 2 Avartanam: 6 (tisra nadai)

ta, ȷam, tarıtaka tA ; takaȷam, tarıtaka – tarıtaka tanataka ȷonutaka tımıtaka ||

takaȷam, tarıtaka taı ; , takaȷam, tarıtaka – tarıtaka tanataka ȷonutaka tımıtaka ||

ta, ȷam, tarıtaka tA ; ta, ȷam, tarıtaka – takaȷam, tarıtaka taı ; , takaȷam, || tarıtaka

ta, ȷam, tarıtaka tA ; – takaȷam, tarıtaka taı ; ,

ta, ȷam, tarıtaka || takaȷam, tarıtaka

tarıtaka tanataka tA kıTatakatarıkıTatom ; , ,

tarıtaka tanataka ȷonu || taka tA kıTatakatarıkıTatom ; , ,

tarıtaka tanataka ȷonutaka tımıtaka tA kıTatakatarıkıTatom ; , ||

88. தாளம்: ரூபகம்   கலை: 2   ஆவர்தனம்: 6 (திஸ்ர நடை)

தஜ்,ஜம்,தரிதக தா; தகஜம்,தரிதக - தரிதக தனதக ஜொனுதக திமிதக ||

தகஜம்,தரிதக தை;,தகஜம்,தரிதக - தரிதக தனதக ஜொனுதக திமிதக ||

தஜ்,ஜம்,தரிதக தா; த,ஜம்,தரிதக - தகஜம்,தரிதக தை;,தகஜம்,|| தரிதக

தஜ்,ஜம்,தரிதக தா; - தகஜம்,தரிதக தை;,

தஜ்,ஜம்,தரிதக || தகஜம்,தரிதக

தரிதக தனதக தா கிடதகதரிகிடதொம்;, ,

தரிதக தனதக ஜொனு || தக தா கிடதகதரிகிடதொம்;, ,

தரிதக தனதக ஜொனுதக திமிதக தா கிடதகதரிகிடதொம்;, , ||

89. tALam: rUpakam kalai: 2 Avartanam: 13 (tisra nadai)

tat, tıt, takanaka ȷam, tarıkıTataka – takanaka ȷam, tarıkıTataka – ȷam, tarıkıTataka ||

jam, taritA jakataritai, ȷanaȷana kukumtarıtA ; ||

takatıt, takanaka ȷam, tarıkıTataka – takanaka ȷam, tarıkıTataka – ȷam, tarıkıTataka ||

jam, taritA jakataritai, ȷanaȷana kukumtarıtaı ; , ||

tat, tıt, takanaka ȷam, tarıkıTataka jam, taritaka ȷam, tarıtA ; ||

takatıt, takanaka ȷam, tarıkıTataka jam, taritaka ȷam, tarıtaı ; , ||

tat, tıt, takanaka ȷam, tarı ȷam, tarıtaka – takatıt, takanaka ȷam, tarı ȷakatarıtaka ||

tat, tıt, takanaka ȷam, tarı – takatıt, takanaka ȷam, tarı

tA titA tat || titA tatigiNatom tatigiNatom tatigiNatom ||

tat, tıt, takanaka ȷam, tarı – takatıt, takanaka ȷam, tarı

tA titA tat || titA tatigiNatom tatigiNatom tatigiNatom ||

tat, tıt, takanaka ȷam, tarı – takatıt, takanaka ȷam, tarı

tA titA tat || titA tatigiNatom tatigiNatom tatigiNatom ||

89. தாளம்: ரூபகம்   கலை: 2   ஆவர்தனம்: 13 (திஸ்ர நடை)

தத், தித், தகநக ஜம், தரிகிடதக - தகநக ஜம், தரிகிடதக – ஜம், தரிகிடதக ॥

ஜம், தரிதா ஜகதரிதை, ஜனஜன குகும்தரிதா; ॥

தகதித், தகநக ஜம், தரிகிடதக - தகநக ஜம், தரிகிடதக – ஜம், தரிகிடதக ॥

ஜம், தரிதா ஜகதரிதை, ஜனஜன குகும்தரிதை;, ॥

தத், தித், தகநக ஜம், தரிகிடதக ஜம், தரிதக ஜம், தரிதா; ॥

தகதித், தகநக ஜம், தரிகிடதக ஜம், தரிதக ஜம், தரிதை;, ॥

தத், தித், தகநக ஜம், தரி ஜம், தரிதக - தக தித், தகநக ஜம், தரி ஜக தரிதக ॥

தத், தித், தகநக ஜம், தரி – தகதித், தகநக ஜம், தரி

தா தித்தா தத் ॥ தித்தா ததிகிணதொம் ததிகிணதொம் ததிகிணதொம் ॥

தத், தித், தகநக ஜம், தரி – தகதித், தகநக ஜம், தரி

தா தித்தா தத் ॥ தித்தா ததிகிணதொம் ததிகிணதொம் ததிகிணதொம் ॥

தத், தித், தகநக ஜம், தரி – தகதித், தகநக ஜம், தரி

தா தித்தா தத் ॥ தித்தா ததிகிணதொம் ததிகிணதொம் ததிகிணதொம் ॥

rUpaka tALam – trikAla jatis

90.   **tALam: rUpakam**   **kalai: 2**   **(trikAlam/3 speed)**

(tat, tit, tari takajam, tari tA ; tit, tari takajam, || tari tai ; ,

tari takajam, tari tA ; takumtarikiTa ||) **3 speeds**

tat, tit, tari takajam, tit, tari takajam, takumtarikiTa ||

takatit, tari takajam, tit, tari takajam, takumtarikiTa ||

tat, tit, tari takajam, takumtari – takatit, tari takajam, || kukumtari

tat, tit, tari takajam, takatit, tari takajam, || tari takajam, tari takanam,

ta, tI ; gi, Na, tom, || ; tatIgiNatom ; tatIgiNatom ; tatIgiNatom || ; ;

tat, tit, tari takajam, takatit, tari takajam, || tari takajam, tari takanam,

ta, tI ; gi, Na, tom, || ; tatIgiNatom ; tatIgiNatom ; tatIgiNatom || ; ;

tat, tit, tari takajam, takatit, tari takajam, || tari takajam, tari takanam,

ta, tI ; gi, Na, tom, || ; tatIgiNatom ; tatIgiNatom ; tatIgiNatom ||

ரூபக தாளம் - திரிகால ஜதிகள்

90. தாளம்: ரூபகம்   கலை: 2   (திரிகாலம்)

(தத், தித், தரி தகஜம், தரி தா; தித், தரி தகஜம், ‖ தரி தை; ,

தரி தகஜம், தரி தா; தகும்தரிகிட ‖) 3 காலம்

தத், தித், தரி தகஜம், தித், தரி தகஜம், தகும்தரிகிட ‖

தகதித், தரி தகஜம், தித், தரி தகஜம், தகும்தரிகிட ‖

தத், தித், தரி தகஜம், தகும்தரி - தகதித், தரி தகஜம், ‖ குகும்தரி

தத், தித், தரி தகஜம், தகதித், தரி தகஜம், ‖ தரி தகஜம், தரி தகநம்,

த, தீங்; கி, ண, தொம், ‖ ; ததீங்கிணதொம்; ததீங்கிணதொம்; ததீங்கிணதொம் ‖ ; ;

தத், தித், தரிதகஜம், தகதித், தரிதகஜம், ‖ தரிதகஜம், தரிதகநம்,

த, தீங்; கி, ண, தொம் , ‖ ; ததீங்கிணதொம்; ததீங்கிணதொம்; ததீங்கிணதொம் ‖ ; ;

தத், தித், தரிதகஜம், தகதித், தரிதகஜம், ‖ தரிதகஜம், தரிதகநம்,

த, தீங்; கி, ண, தொம் , ‖ ; ததீங்கிணதொம்; ததீங்கிணதொம்; ததீங்கிணதொம் ‖

91.   tALam: rUpakam   kalai: 2   (trikAlam/3 speed)

(tat, tit, tarikiTa tit, tarikiTa tarikiTa jam, tari tA ||
takatit, tarikiTa tit, tarikiTa tarikiTa jakatari tai, ||) **3 speeds**

tat, tit, tarikiTa jam, tA - takatit, tarikiTa jam, tai, ||

tat, tit, tarikiTa takatit, tarikiTa
kıTatakatarıkıTatom ; , kıTataka || tarıkıTatom ; ,

tat, tit, tarikiTa takatit, tarikiTa
tA kıTataka || tarıkıTatom ; , tA kıTatakatarıkıTatom ; ,

tat, tit, tarikiTa takatit, || tarikiTa
takatiku kıTatakatarıkıTatom ; , takatiku kıTatakatarıkıTatom ; , ||

91. தாளம்: ரூபகம்   கலை: 2   (திரிகாலம்)

(தத், தித், தரிகிட தித், தரிகிட தரிகிட ஜம், தரி தா ॥

தகதித், தரிகிட தித், தரிகிட தரிகிட ஜகதரி தை, ॥) 3 காலம்

தத், தித், தரிகிட ஜம், தா - தகதித், தரிகிட ஜம், தை, ॥

தத், தித், தரிகிட தகதித், தரிகிட
கிடதகதரிகிடதொம்;, கிடதக ॥ தரிகிடதொம்;,

தத், தித், தரிகிட தகதித், தரிகிட
தா கிடதக ॥ தரிகிடதொம்;, தா கிடதகதரிகிடதொம்;,

தத், தித், தரிகிட தகதித், ॥ தரிகிட
தகதிகு கிடதகதரிகிடதொம்;, தகதிகு கிடதகதரிகிடதொம்;, ॥

misra chApu jatis

92.   **tALam: misra chApu**   **Avartanam: 8 (pancha nadai)**

tAhata jam, tari – jam, tari jaka || tari

jam, taritA – jakataritai, ||

jam, taritA jam, tari jakatari || jakataritai, janajana kukumtari ||

jam, tari jakataritA – janajana || kukumtaritai,

$\overline{\text{tarıkıTatom}}$;, $\overline{\text{kıTatakatarıkıTa}}$ || tom ;,

$\overline{\text{tarıkıTatom}}$;, tA $\overline{\text{kıTatakatarıkıTatom}}$;, ||

$\overline{\text{tarıkıTatom}}$;, takatiku $\overline{\text{kıTatakatarıkıTatom}}$;, ||

மிஸ்ர சாபு ஜதிகள்

92. தாளம்: மிஸ்ர சாபு ஆவர்தனம்: 8 (பஞ்ச நடை)

தாஹத ஜம், தரி - ஜம், தரி ஜக ॥ தரி

ஜம், தரிதா - ஜகதரிதை, ॥

ஜம், தரிதா ஜம், தரி ஜகதரி ॥ ஜகதரிதை, ஜனஜன குகும்தரி ॥

ஜம், தரி ஜகதரிதா - ஜனஜன ॥ குகும்தரிதை,

தரிகிடதொம்; , கிடதகதரிகிட ॥ தொம்; ,

தரிகிடதொம்; , தா கிடதகதரிகிடதொம்; , ॥

தரிகிடதொம்; , தகதிகு கிடதகதரிகிடதொம்; , ॥

93.   tALam: misra chApu   Avartanam: 10

tajam, tarita jam, tarita jam, jam ||, tarita nam, jam, taritA ; ||

tajam, tarita jam, tarita jam, jam ||, tarita nam, jaka taritai ; , ||

tajam, tarita jam, taritA ; || tajam, tarita jaka taritai ; , ||

tajam, tarita, - tanam, tarita, ||

tajam, tajam, tatIgiNatom

tajam ||, tajam, tatIgi, Na, tom

tajam || , tajam, ta, ti, gi, Na, tom, ||

93. தாளம்: மிஸ்ர சாபு   ஆவர்தனம் : 10

தஜம், தரித ஜம், தரித ஜம், ஜம் ‖ , தரித நம், ஜம், தரிதா; ‖
தஜம், தரித ஜம், தரித ஜம், ஜம் ‖ , தரித நம், ஜக தரிதை; , ‖

தஜம், தரித ஜம், தரிதா; ‖ தஜம், தரித ஜக தரிதை; , ‖
தஜம், தரித, - தநம், தரித, ‖

தஜம், தஜம், ததீங்கிணதொம்
தஜம் ‖ , தஜம், ததீங்கி, ண, தொம்
தஜம் ‖ , தஜம், த, திங், கி, ண, தொம், ‖

94. tALam: misra chApu Avartanam: 12

tat, tit, takanaka jam, tarikiTa || taka tAm ta, jam, kıTatakatarıkıTatom ;, ||

takatit, takanaka jam, tarikiTa || taka tAm ta, jam, kıTatakatarıkıTatom ;, ||

tat, tit, takanaka jam, tarikiTa || taka – takatit, takanaka jam, tari || kiTataka

tat, tit, takanaka – taka || tit, takanaka

takanaka jam, tA || kıTatakatarıkıTatom ;, tarıkıTatom ;, ;

taka || naka jam, tA – tA kıTatakatarıkıTatom ;, || tarıkıTatom ;, ;

takanaka jam, tA || takatiku kıTatakatarıkıTatom ;, tarıkıTatom ;, ||

94. தாளம்: மிஸ்ர சாபு ஆவர்தனம் : 12

தத், தித், தகநக ஜம், தரிகிட ‖ தக தாம் தஜ், ஜம், கிடதககதரிகிடதொம்; , ‖

தககித், தகநக ஜம், தரிகிட ‖ தக தாம் தஜ், ஜம், கிடதககதரிகிடதொம்; , ‖

தத், தித், தகநக ஜம், தரிகிட ‖ தக - தககித், தகநக ஜம், தரி ‖ கிடதக

தத், தித், தகநக - தக ‖ தித், தகநக

தகநக ஜம், தா ‖ கிடதககதரிகிடதொம்; , தரிகிடதொம்; , ;

தக ‖ நக ஜம், தா தா கிடதககதரிகிடதொம்; , ‖ தரிகிடதொம்; , ;

தகநக ஜம், தா ‖ தககிகு கிடதககதரிகிடதொம்; , தரிகிடதொம்; , ‖

95. tALam: misra chApu   Avartanam: 14

tA, tI, tarikiTa takajonu || tat, tit, tA, takatit, tA, ||

tA, tI, tarikiTa takajonu || takatit, tA, takatit, tai; ||

tA, tI, tarikiTa takajonu || tA, tI, tarikiTa takajonu ||

tarikiTa takajonu ; tarikiTa || takajonu ;

tat, tit, tA tari || kiTa takajonu

ta, ti, giNatom , || , ;

takatit, tA tarikiTa ta || kajonu

ta, ti, giNatom ta, ti, || giNatom ; ;

tat, tit, tA ta || rikiTa takajonu

ta, ti, giNatom || ta, ti, giNatom ta, ti, giNatom ||

95. தாளம்: மிஸ்ர சாபு   ஆவர்தனம் : 14

தா, தீ, தரிகிட தகஜொனு ‖ தத், தித், தா, தகதித், தா, ‖
தா, தீ, தரிகிட தகஜொனு ‖ தகதித், தா, தகதித், தை; ‖

தா, தீ, தரிகிட தகஜொனு ‖ தா, தீ, தரிகிட தகஜொனு ‖
தரிகிட தகஜொனு; தரிகிட ‖ தகஜொனு;

தத், தித், தா தரி ‖ கிட தகஜொனு
த, திங், கிணதொம்   , ‖ , ;

தகதித், தா தரிகிட த ‖ கஜொனு
த, திங், கிணதொம் த, திங், ‖ கிணதொம்   ; ;

தத், தித், தா த ‖ ரிகிட தகஜொனு
த, திங், கிணதொம் ‖ த, திங், கிணதொம் த, திங், கிணதொம் ‖

96. tALam: misra chApu   Avartanam: 18

(kiTataki tom, ga, takatom, ga, || takatiku tom, ga, takumtarikiTa ||

tom, tat, tA tom, tat, tai, tom, || tarikiTataka takumtari kiTataka ||) x2

kiTataki tom, ga, tom, tarikiTa || taka tom, tat, tA tom, tat, tai, ||

kiTataki tom, ga, tom, tarikiTa || taka tom, tat, tA tom, tat, tai, ||

kiTataki tom, ga, tom, tat, tA || kiTataki tom, ga, tom, tat, tai, ||

kiTataki tatigiNatom, ; ; ||

kiTataki tom, ga, taka tatigiNa || tom, ; ;

kiTataki tom, ga, || kiTataki takatiku tatigiNatom, ||

96. தாளம்: மிஸ்ர சாபு   ஆவர்தனம் : 18

(கிடதகி தொம், க, தகதொம், க, ‖ தகதிகு தொம், க, தகும்தரிகிட ‖
தொம், தத், தா தொம், தத், தை, தொம், ‖ தரிகிடதக தகும்தரி கிடதக ‖) x2

கிடதகி தொம், க, தொம், தரிகிட ‖ தக தொம், தத், தா தொம், தத், தை, ‖
கிடதகி தொம், க, தொம், தரிகிட ‖ தக தொம், தத், தா தொம், தத், தை, ‖

கிடதகி தொம், க, தொம், தத், தா ‖ கிடதகி தொம், க, தொம், தத், தை, ‖

கிடதகி ததிகிணதொம், ; ; ‖
கிடதகி தொம், க, தக ததிகிண ‖ தொம், ; ;
கிடதகி தொம், க, ‖ கிடதகி தகதிகு ததிகிணதொம், ‖

97.   tALam: misra chApu   (trikAlam/3 speed)

(tat, tit, taritakajonu tat, ta, || jam, - ta, jam, - ta, nam, kiTataka ||) **3 speeds**

tat, tit, taritakajonu tat, ta, || jam, taritaka tA ; ; ; ||

takatit, taritakajonu tat, ta, || jam, taritaka tai , ; ; ; ||

tat, tit, taritakajonu tA ; || takajam, - takatit, taritakajonu || tai ; , takajam,

taritakajonu || ta, ti, gi, Na, tom ; ,

kıTataka || tarıkıTatom ; , kıTatakatarıkıTatom ; , kıTatakatarıkıTa || tom ; ,

taritakajonu ta, tI ; || gi, Na, tom ; ,

tA kıTatakatarıkıTa || tom ; , tA kıTatakatarıkıTatom ; , tA kıTataka || tarıkıTatom ; ,

taritakajonu ta; , || ti ; , gi, Na, tom ; ,

taka || tiku kıTatakatarıkıTatom ; , takatiku kıTataka || tarıkıTatom ; ,

takatiku kıTatakatarıkıTatom ; , ||

97. தாளம்: மிஸ்ர சாபு (திரிகாலம்)

(தத், தித், தரிதகஜொனு தத், தஜ், ॥ ஜம், - தஜ், ஜம், - த, நம், கிடதக ॥) **3 காலம்**

தத், தித், தரிதகஜொனு தத், தஜ், ॥ ஜம், தரிதக தா; ; ; ॥
தககித், தரிதகஜொனு தத், தஜ், ॥ ஜம், தரிதக தை, ; ; ; ॥
தத், தித், தரிதகஜொனு தா; ॥ தகஜம், - தகதித், தரிதகஜொனு ॥ தை; , தகஜம்,

தரிதகஜொனு ॥ த, தி, கி, ண, தொம்; ,
கிடதக || தரிகிடதொம்; , கிடதககதரிகிடதொம்; , கிடதககதரிகிட || தொம்; ,

தரிதகஜொனு த, தீங்; ॥ கி, ண, தொம்; ,
தா கிடதககதரிகிட || தொம்; , தா கிடதககதரிகிடதொம்; , தா கிடதக || தரிகிடதொம்; ,

தரிதகஜொனு த; , ॥ திங்; , கி, ண, தொம்; ,
தக ॥ திகு கிடதககதரிகிடதொம்; , தகதிகு கிடதக || தரிகிடதொம்; ,
தகதிகு கிடதககதரிகிடதொம்; , ॥

kaNda chApu jatis

98. **tALam: kaNda chApu** **Avartanam: 6**

tArita kinajam, tA || tatarita kinajam, tai, ||

tArita kinajam, tata || rita kinajam,

$\overline{\text{kıTatakatarıkıTa}}$ || tom ;,

tA $\overline{\text{kıTatakatarıkıTatom}}$;, ||

takatiku $\overline{\text{kıTatakatarıkıTatom}}$;, ||

கண்ட சாபு ஜதிகள்

98. தாளம்: கண்ட சாபு   ஆவர்தனம்: 6

தாரித கினஜம், தா ॥ ததரித் கினஜம், தை, ॥

தாரித கினஜம், தத ॥ ரித கினஜம்,

கிடதகதரிகிட || தொம்; ,

தா கிடதகதரிகிடதொம்; , ॥

தகதிகு கிடதகதரிகிடதொம்; , ॥

99. tALam: kaNda chApu   Avartanam: 10

dIgdIgu kukumtari ta || kumkumtari takajonu tAm ||

dIgdIgu kukumtari ta || kumkumtari takajonu tai, ||

dIgdIgu kukumtarita || tAm

dIgdIgu takumta || rita tai,

dIgdIgu ta || tigiNatom ; ,

dIg d||Igu tatigiNatom ; , ||

dIgdIgu tatigiNatom ||

99. தாளம்: கண்ட சாபு ஆவர்தனம்: 10

டங்டங்கு குகும்தரித ॥ குகும்தரி தகஜொனுதாம் ॥

டங்டங்கு குகும்தரித ॥ குகும்தரி தகஜொனுதை, ॥

டங்டங்கு குகும்தரித ॥ தாம்

டங்டங்கு தகும்த ॥ ரித தை,

டங்டங்கு த ॥ திங்கிணதொம் ; ,

டங்ட ॥ ங்கு ததிங்கிணதொம் ; , ॥

டங்டங்கு ததிங்கிணதொம் ॥

100.   tALam: kaNda chApu   Avartanam: 10

tAkutajam, tari jam, || tari jakatari tA ; ||
tatakutajam, tari jam, || tari jakatari tai ; , ||

tAkutajam, taritA || ; tatakutajam, tari || tai ; ,

tAkutajam, || tatIgiNatom
tAkuta || jam, tatIgiNatom
tA || kutajam, tatIgiNatom ||

100. தாளம்: கண்ட சாபு   ஆவர்தனம்: 10

தாகுதஜம், தரி ஜம், ‖ தரி ஜகதரி தா; ‖
ததகுதஜம், தரி ஜம், ‖ தரி ஜகதரி தை; , ‖

தாகுதஜம், தரிதா ‖ ; ததகுதஜம், தரி ‖ தை; ,

தாகுதஜம், ‖ ததீங்கிணதொம்
தாகுத ‖ ஜம், ததீங்கிணதொம்
தா ‖ குதஜம், ததீங்கிணதொம் ‖

101. tALam: kaNda chApu Avartanam: 20

(tIm takiTa jonutIm, || tIm tIm, tIm takiTa ||

jonutakiTa timitakiTa || kıTatakatarıkıTa takatarıkıTataka tarıkıTa ||) x2

tIm takiTa jonutIm, || tIm tImta tatigiNatom ||

tIm takiTa jonutIm, || tIm tImta tatigiNatom ||

tIm takiTa jonutIm, || tIm tatigiNatom

tIm ta || kiTa jonutIm, tImtI || m tatigiNatom taka tati || giNatom

tIm takiTa jonu || tIm, tImtImtIm ta || tigiNatom taka tatigiNa || tom

takatiku tatigiNatom ||

101. தாளம்: கண்ட சாபு ஆவர்தனம்: 20

(தீம் தகிட ஜொனுதீம், ‖ தீம் தீம், தீம் தகிட ‖

ஜொனுதகிட திமிதகிட ‖ கிடதகதரிகிட தகதரிகிடதக தரிகிட ‖) x2

தீம் தகிட ஜொனுதீம், ‖ தீம் தீம்த ததிகிணதொம் ‖
தீம் தகிட ஜொனுதீம், ‖ தீம் தீம்த ததிகிணதொம் ‖

தீம் தகிட ஜொனுதீம், ‖ தீம் ததிகிணதொம்

தீம் த ‖ கிட ஜொனுதீம், தீம்தீ ‖ ம் ததிகிணதொம் தக ததி ‖ கிணதொம்

தீம் தகிட ஜொனு ‖ தீம், தீம்தீம்தீம் த ‖ திகிணதொம் தக ததிகிண ‖ தொம்
தகதிகு ததிகிணதொம் ‖

102.   tALam: kaNda chApu   Avartanam: 20

nam, taritA ; nam, || tarikiTataka nakatari || tai ; , nakatarikiTa || taka takatatigiNatom, ||

nam, taritA ; nam, || tarikiTataka nakatari || tai ; , nakatarikiTa || taka takatatigiNatom, ||

nam, taritA ; nam, || tari takatatigiNatom, ||

nakataritai ; , naka || tari takatatigiNatom, ||

nam, takatatigiNatom, || naka takatatigiNatom, ||

nam, taritA ; nam, || takatatigiNatom,

nam, || taritA ; nam, tari || takatatigiNatom,

nam, || taritA ; nam, tari || nam, takatatigiNatom, ||

102. தாளம்: கண்ட சாபு   ஆவர்தனம்: 20

நம், தரிதா; நம், ‖ தரிகிடதக நகதரி ‖ தை; , நகதரிகிட ‖ தக தகததிகிணதொம், ‖
நம், தரிதா; நம், ‖ தரிகிடதக நகதரி ‖ தை; , நகதரிகிட ‖ தக தகததிகிணதொம், ‖

நம், தரிதா; நம், ‖ தரி தகததிகிணதொம், ‖
நகதரிதை; , நக ‖ தரி தகததிகிணதொம், ‖

நம், தகததிகிணதொம், ‖ நக தகததிகிணதொம், ‖

நம், தரிதா; நம், ‖ தகததிகிணதொம்,
நம், ‖ தரிதா; நம், தரி ‖ தகததிகிணதொம்,
நம், ‖ தரிதா; நம், தரி ‖ நம், தகததிகிணதொம், ‖

103.   tALam: kaNda chApu   Avartanam: 24 (2 speeds)

taj ; , jam ; , ki, || na, ki, na, jo, nu, || tat ; , taj ; , jam, || ; taj ; , jam ; , ||

ta, ka, jam ; , ki, || na, ki, na, jo, nu, || ta, ka, ta ; , jam, || ; taj ; , jam ; , ||

ta, jam, kinakinajonu || tat, ta, jam, ta, jam, ||

takajam, kinakinajonu || takata, jam, ta, jam, ||

ta, jam, kinakinajonu || takajam, kinakinajonu ||

ta, jam, kinajonu – taka || jam, kinajonu

ta, kina || jonu tatakinajonu

tarıkıTa || tom ; , tatIgiNatom

ta, || kina jonu tatakinajonu ||

tarıkıTatom ; , tatIgiNatom || tatIgiNatom

ta, kina || jonu tatakinajonu

tarıkıTa || tom ; , tatIgiNatom tatI || giNatom tatIgiNatom ||

103. தாளம்: கண்ட சாபு ஆவர்தனம்: 24 (2 காலம்)

தஜ்; , ஜம்; , கி, ॥ ன, கி, ன, ஜொ, னு, ॥ தத்; , தஜ்; , ஜம், ॥ ; தஜ்; , ஜம்; , ॥

த, க, ஜம்; , கி, ॥ ன, கி, ன, ஜொ, னு, ॥ த, க, தஜ்; , ஜம், ॥ ; தஜ்; , ஜம்; , ॥

தஜ், ஜம், கினகினஜொனு ॥ தத், தஜ், ஜம், தஜ், ஜம், ॥

தகஜம், கினகினஜொனு ॥ தகதஜ், ஜம், தஜ், ஜம், ॥

தஜ், ஜம், கினகினஜொனு ॥ தகஜம், கினகினஜொனு ॥

தஜ், ஜம், கினஜொனு - தக ॥ ஜம், கினஜொனு

தக், கின ॥ ஜொனு ததகினஜொனு

தரிகிட || தொம்; , ததீங்கிணதொம்

தக், ॥ கினஜொனு ததகினஜொனு ॥

தரிகிடதொம்; , ததீங்கிணதொம் ॥ ததீங்கிணதொம்

தக், கின ॥ ஜொனு ததகினஜொனு

தரிகிட || தொம்; , ததீங்கிணதொம் ததீ ॥ ங்கிணதொம் ததீங்கிணதொம் ॥

sankIrNa chApu jatis

104. tALam: sankIrNa chApu Avartanam: 10

jaganam, jagajaganam, ja, ga, nam ; , || jaganam, tari jagarum, tari jagajaganam, ||

jaganam, jagajaganam, ja, ga, nam ; , || jaganam, tari jagarum, tari jagajaganam, ||

jaganam, jaganam ; , tarita ja, ga, nam, tari ||

jaganam, jaganam ; , tarita ja, ga, nam, tari ||

jaganam ; , tarita ja, ga, nam, ta, ti, gi, || Na, tom

jaganam ; , tarita ja, ga, nam, ta, ti ||, gi, Na, tom

jaganam ; , tarita ja, ga, nam, ||

tisram (ta, ti, gi, Na, tom - ta, ti, gi, Na, tom - ta, ti, gi, Na, tom) ||

சங்கீர்ண சாபு ஜதிகள்

104. தாளம்: சங்கீர்ண சாபு   ஆவர்தனம்: 10

ஜகநம், ஜகஜகநம், ஜ, க, நம்; , ‖ ஜகநம், தரி ஜகரும், தரி ஜகஜகநம், ‖
ஜகநம், ஜகஜகநம், ஜ, க, நம்; , ‖ ஜகநம், தரி ஜகரும், தரி ஜகஜகநம், ‖

ஜகநம், ஜகநம்;, தரித ஜ, க, நம், தரி ‖
ஜகநம், ஜகநம்;, தரித ஜ, க, நம், தரி ‖

ஜகநம்;, தரித ஜ, க, நம், த, திங், கி, ‖ ண, தொம்
ஜகநம்;, தரித ஜ, க, நம், த, திங் ‖ , கி, ண, தொம்
ஜகநம்;, தரித ஜ, க, நம், ‖
திஸ்ரம் (த, திங், கி, ண, தொம் த, திங், கி, ண, தொம் த, திங், கி, ண, தொம்) ‖

105. tALam: sankIrNa chApu   Avartanam: 10

ta, jam, taritana tanajonu tA ; ; || takajam, taritana tanajonu takumtarikiTa ||

takajam, taritana tanajonu tai; ; , || takajam, taritana tanajonu takumtarikiTa ||

ta, jam, taritana tanajonu takumtarikiTa ||

takajam, taritana tanajonu takumtarikiTa ||

ta, jam, taritana, - takajam, taritana, ||

ta, jam, taritana takatiku $\overline{\text{kITatakatarıkıTatom}}$; , ||

ta, jam, taritana takatiku $\overline{\text{kITatakatarıkıTatom}}$; , ||

ta, jam, taritana takatiku $\overline{\text{kITatakatarıkıTatom}}$; , ||

105. தாளம்: சங்கீர்ண சாபு   ஆவர்தனம்: 10

தஜ், ஜம், தரிதன தனஜொனு தா; ; ॥ தகஜம், தரிதன தனஜொனு தகும்தரிகிட ॥
தகஜம், தரிதன தனஜொனு தை; ; , ॥ தகஜம், தரிதன தனஜொனு தகும்தரிகிட ॥

தஜ், ஜம், தரிதன தனஜொனு தகும்தரிகிட ॥
தகஜம், தரிதன தனஜொனு தகும்தரிகிட ॥
தஜ், ஜம், தரிதன, தகஜம், தரிதன, ॥

த, ஜம், தரிதன தகதிகு கிடதகதரிகிடதொம்; , ॥
த, ஜம், தரிதன தகதிகு கிடதகதரிகிடதொம்; , ॥
த, ஜம், தரிதன தகதிகு கிடதகதரிகிடதொம்; , ॥

106.   tALam: sankIrNa chApu   Avartanam: 10

tat, ti, kinakiTa ti, kinakiTa kinakiTa || kinakiTajam, kinakiTanam, tatigiNatom, ||

takati, kinakiTa ti, kinakiTa kinakiTa || kinakiTajam, kinakiTanam, tatigiNatom, ||

tat, ti, kinakiTa jonukiTa tatigiNatom, ||

takati, kinakiTa jonukiTa tatigiNatom, ||

ta, kinakiTa tatigiNatom, - taka kinakiTa || tatigiNatom,

kinakiTajam, tatigiNatom, ||

ta, kinakiTajam, taka tatigiNatom,

tat, || ti, kinakiTajam, takatiku tatigiNatom, ||

106. தாளம்: சங்கீர்ண சாபு ஆவர்தனம்: 10

தத், திக், கினகிட திக், கினகிட கினகிட ॥ கினகிடஜம், கினகிடநம், ததிங்கிணதொம், ॥
தகதிக், கினகிட திக், கினகிட கினகிட ॥ கினகிடஜம், கினகிடநம், ததிங்கிணதொம், ॥

தத், திக், கினகிட ஜொனுகிட ததிங்கிணதொம், ॥
தகதிக், கினகிட ஜொனுகிட ததிங்கிணதொம், ॥

தத், கினகிட ததிங்கிணதொம், - தக கினகிட ॥ ததிங்கிணதொம்,

கினகிடஜம், ததிங்கிணதொம், ॥
தக், கினகிடஜம், தக ததிங்கிணதொம்,
தத், ॥ திக், கினகிடஜம், தகதிகு ததிங்கிணதொம், ॥

107. tALam: sankIrNa chApu   Avartanam: 10

tat, tInuta takatInuta kiTatakajonu || tAm ; kiTatakajonu tai ; , kiTataka ||

takatInuta tat, tInuta kiTatakajonu || tAm ; kiTatakajonu tai ; , kiTataka ||

tat, tInuta kiTataka jonutAm kiTataka ||

takatInuta kiTataka jonutai, kiTataka ||

tat, tInuta taka tatIgiNatom ; ; || ;

tat, tInuta takatInuta taka ta t || IgiNatom ; ; ;

tat, tInuta taka || tInuta kiTataka tInuta taka tatIgiNatom ||

107. தாளம்: சங்கீர்ண சாபு   ஆவர்தனம்: 10

தத், தீனுத தகதீனுத கிடதகஜொனு ‖ தாம்; கிடதகஜொனு தை; , கிடதக ‖
தகதீனுத தத், தீனுத கிடதகஜொனு ‖ தாம்; கிடதகஜொனு தை; , கிடதக ‖

தத், தீனுத கிடதக ஜொனுதாம் கிடதக ‖
தகதீனுத கிடதக ஜொனுதை, கிடதக ‖

தத், தீனுத தக ததீங்கிணதொம் ; ; ‖ ;
தத், தீனுத தகதீனுத தக ததீ ‖ ங்கிணதொம் ; ; ;
தத், தீனுத தக ‖ தீனுத கிடதக தீனுத தக ததீங்கிணதொம் ‖

108. tALam: sankIrNa chApu Avartanam: 12

jam ; , ta, jam ; , tarikiTataka tA || ; ta, ka, jam, takatiku kıTatakatarıkıTatom ; , ||

jam ; , ta, jam ; , tarikiTataka tai, || ; ta, ka, jam, takatiku kıTatakatarıkıTatom ; , ||

jam ; , ta, jam, tarikiTataka tA ; || jam ; , ta, jam, tarikiTataka tai ; , ||

jam ; , ta, jam, tarikiTataka tA ; || jam ; , ta, jam, tarikiTataka tai ; , ||

jam ; , ta, jam, tarikiTataka kıTatakatarıkıTa || tom ; ,

jam ; , ta, jam, tarikiTataka kıTataka || tarıkıTatom ; ,

jam ; , ta, jam, tarikiTataka || kıTatakatarıkıTatom ; ,

kıTatakatarıkıTatom ; ,

kıTatakatarıkıTatom ; , ||

108. தாளம்: சங்கீர்ண சாபு ஆவர்தனம்: 12

ஜம்; , தஜ், ஜம்; , தரிகிடதக தா ॥ ; த, க, ஜம், தககிகு கிடதகதரிகிடதொம்; , ॥

ஜம்; , தஜ், ஜம்; , தரிகிடதக தை, ॥ ; த, க, ஜம், தககிகு கிடதகதரிகிடதொம்; , ॥

ஜம்; , தஜ், ஜம், தரிகிடதக தா; ॥ ஜம்; , தஜ், ஜம், தரிகிடதக தை; , ॥

ஜம்; , தஜ், ஜம், தரிகிடதக தா; ॥ ஜம்; , தஜ், ஜம், தரிகிடதக தை; , ॥

ஜம்; , தஜ், ஜம், தரிகிடதக கிடதகதரிகிட ॥ தொம்; ,

ஜம்; , தஜ், ஜம், தரிகிடதக கிடதக ॥ தரிகிடதொம்; ,

ஜம்; , தஜ், ஜம், தரிகிடதக ॥ கிடதகதரிகி தொம்; ,

கிடதகதரிகிடதொம்; ,

கிடதகதரிகிடதொம்; , ॥

GIRI®
For Indian Culture & Tradition
For all your Dance needs
Jewellery Sets
Ghungroo
Practice Sarees
Thattukazhi
Dance Costume
Taalam
Artificial Flowers etc.,
Available at all our Showrooms in
Mumbai - Chennai - Kanchipuram
Coimbatore - Madurai Trichy- Puducherry
Secunderabad - Bengaluru - New Delhi - Pune
Franchisees : Kumbakonam - Villupuram - Hyderabad
giri.in | giriaus.com | giriusa.com
giriuk.com | giriuae.com
sales@giri.in
DANCE GESTURES

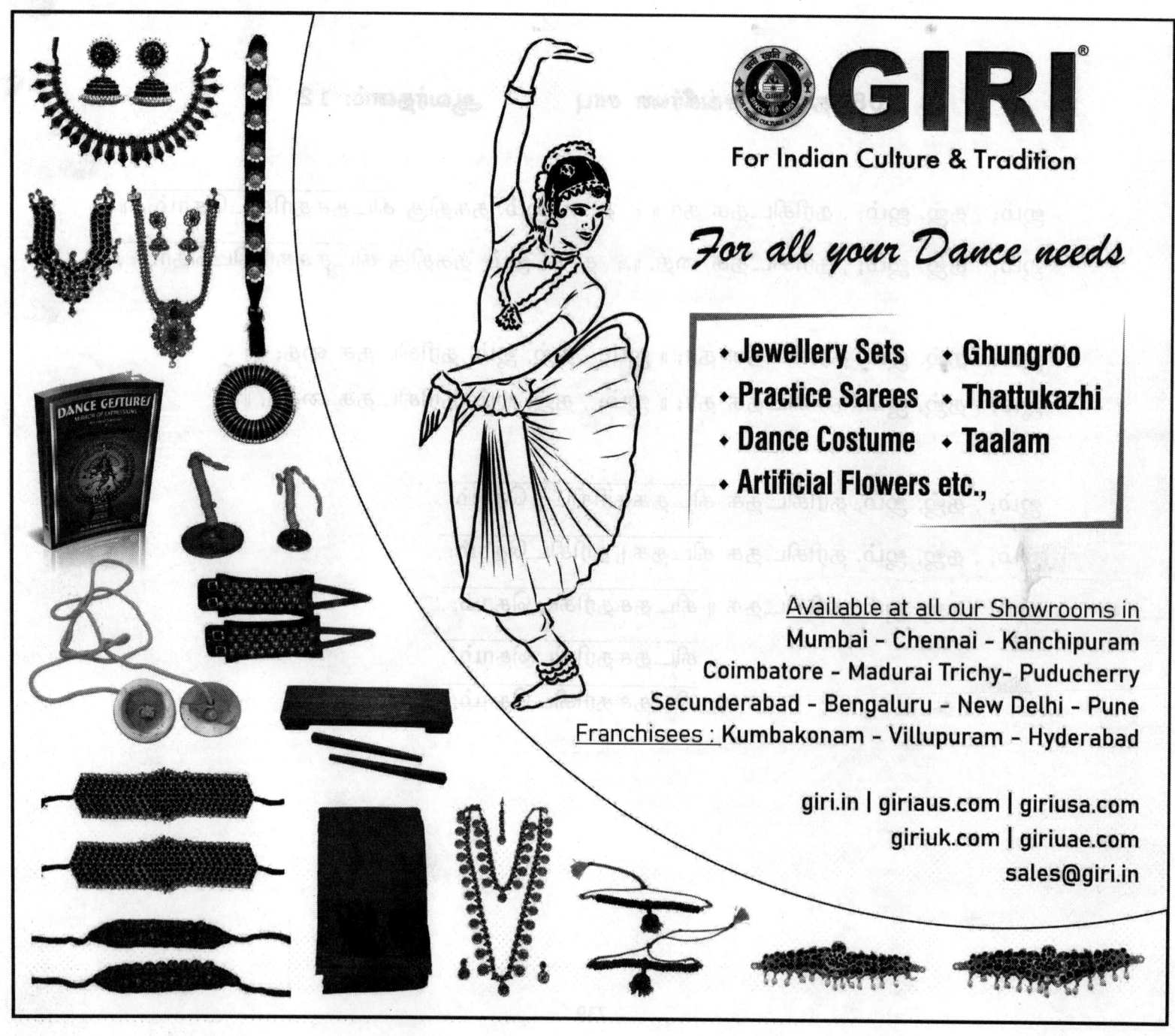